તમારી સ્મરણ શક્તિ સુધારો

માત્ર 30 દિવસમાં તમારી સ્મરણ શક્તિ સતેજ કરવાનો એક સરળ અને અસરકારક કોર્સ

Imporve Your Memory Power

લેખક :

વરિન્દર અગરવાલ 'વિરેન'

અનુવાદ :

સિનર્જી કમ્યુનિકેશન્સ

(communications.synergy@gamil.com)

Published by:

V&S PUBLISHERS

F-2/16, Ansari road, Daryaganj, New Delhi-110002

☎ 23240026, 23240027 •

✉ info@vspublishers.com • 🌐 www.vspublishers.com

Online Brandstore: amazon.in/vspublishers

Regional Office : Hyderabad

5-1-707/1, Brij Bhawan (Beside Central Bank of India Lane)

Bank Street, Koti, Hyderabad - 500 095

☎ 040-24737290

✉ vspublishershyd@gmail.com

Follow us on:   

BUY OUR BOOKS FROM: AMAZON FLIPKART

ISBN 978-93-505717-8-1

New Edition

DISCLAIMER

While every attempt has been made to provide accurate and timely information in this book, neither the author nor the publisher assumes any responsibility for errors, unintended omissions or commissions detected therein. The author and publisher make no representation or warranty with respect to the comprehensiveness or completeness of the contents provided.

All matters included have been simplified under professional guidance for general information only without any warranty for applicability on an individual. Any mention of an organization or a website in the book by way of citation or as a source of additional information doesn't imply the endorsement of the content either by the author or the publisher. It is possible that websites cited may have changed or removed between the time of editing and publishing the book.

Results from using the expert opinion in this book will be totally dependent on individual circumstances and factors beyond the control of the author and the publisher.

It makes sense to elicit advice from well informed sources before implementing the ideas given in the book. The reader assumes full responsibility for the consequences arising out from reading this book. For proper guidance, it is advisable to read the book under the watchful eyes of parents/guardian. The purchaser of this book assumes all responsibility for the use of given materials and information.

Printed at : Param Offsetters, Okhla, New Delhi–110020

પ્રકાશકની નોંધ

અમારું પ્રકાશન સ્વ-વિકાસ અને સ્વ-મદદ શ્રેણી સહિત બાળસાહિત્ય, વિજ્ઞાન એન સાઇક્લોપીડિયા, વાર્તાના પુસ્તક, શબ્દકોષો, કોમ્પ્યુટર, માર્કેટીંગ અને મેનેજમેન્ટના પુસ્તકો અને સામાન્ય જ્ઞાન, વર્તમાન પ્રવાહો, સ્પર્ધાત્મક પરીક્ષાઓ માટેના તેમજ પ્રશ્નોત્તરી શ્રેણીનાં અંગ્રેજી તેમજ હિન્દી એમ બંને ભાષાઓમાં પ્રકાશિત થયેલાં આશરે ૩૫૦ જેટલાં વિવિધ પુસ્તકો માટે જાણીતું છે. આ પુસ્તકોને અનુસરતાં અમને સ્વ-વિકાસ અને સ્વ-મદદ શ્રેણીનું વધુ એક પુસ્તક 'તમારી સ્મરણશક્તિ સુધારો' પ્રકાશિત કરતાં ખૂબ આનંદ થઈ રહ્યો છે.

આ પુસ્તક તેના દરેક વાચકને ખૂબ મદદકર્તા સાબિત થશે, ખાસ કરીને શાળા અને કોલેજ જતાં વિદ્યાર્થીઓને, જેઓ પોતાના ઉજ્જ્વળ ભવિષ્ય માટે ખૂબ મહેનત સાથે અભ્યાસ કરે છે! નવા પ્રકરણ સ્વરૂપે દરેક દિવસ માટે આ પુસ્તકમાં અતિ ઉપયોગી એવી ટીપ્સ આપવામાં આવી છે જે તમારી સ્મરણ શક્તિ,નિરીક્ષણ,એકાગ્રતા,વિચારશક્તિ અને વિશ્લેષણ શક્તિ સુધારવા અને તેમનો વિકાસ કરવા માટે ખૂબ ખૂબ ઉપયોગી સાબિત થશે.આ એક ૩૦ દિવસનો કાર્યક્રમ છે જેના દ્વારા તમારી સ્મરણ શક્તિ અને મન તેમજ શરીરના સર્વાંગી વિકાસની લેખક ખાતરી આપે છે.

દરેક પ્રકરણને અંતે 'સલાહ' નામથી એક ફકરો આપવામાં આવ્યો છે જે વાચકોને એ પ્રકરણ કઈ રીતે વાંચવું તે વિશેનું માર્ગદર્શન આપે છે, એ પ્રકરણમાં ખાસ શું છે તે અંગે માહિતી આપે છે અને જણાવે છે કે કઈ રીતે એ તમારી સ્મરણશક્તિ સુધારવામાં અને વધુ સતેજ કરવામાં મદદ કરશે.

દરેક પ્રકરણના પહેલાં પાને 'આજની તારીખ' આ શિર્ષક સાથે એક નાનકડું બોક્સ આપ્યું છે.આ એ જગા છે જેમાં વાચકે પેન્સિલથી એ તારીખ લખવાની છે જ્યારે તેણે એ પ્રકરણ વાંચ્યું હોય.

આ બધાનો ઉદ્દેશ એટલો જ છે કે જેમ જેમ વાચક ૩૦ દિવસમાં એક પછી એક પ્રકરણ વાંચી આગળ વધતો જાય તેમ તેમ તે પોતાના વિકાસ અને તેના મનમાં,વર્તન માં અને તેના સર્વાંગી વ્યક્તિત્વમાં થઈ રહેલા પરિવર્તનની નોંધ રાખી શકે.આ માટે જ દરેક પ્રકરણ બને એટલું ટૂંકું અને રસપ્રદ રખાયું છે અને આખું પુસ્તક સરળ તેમજ સુગમ ભાષામાં લખાયું છે.અમે આશા રાખીએ છીએ કે તમને આ પુસ્તક વાંચવાની મજા આવશે.તેમાંથી તમે કંઈક શિખી શકશો અને તમારી સ્મરણ શક્તિ અસામાન્ય રીતે સુધારી શકશો!

અનુક્રમણિકા

દિવસ ૧

તમારા મનને જાણો

તમારી સ્મરણશક્તિ સુધારવા સૌ પ્રથમ એ જાણવું અતિ અગત્યનું છે કે તમારું મન કેટલું શક્તિશાળી છે અને તે તમારા માટે શું શું કરી કરી શકે છે,તમારામાં કેટલું સામર્થ્ય છે,તમે કેટલી તાકાત ધરાવો છો અને તેને તમે કઈ રીતે વધારી શકો છો જેનાથી તમે હજી વધુ મોટી સિધ્ધીઓ પ્રાપ્ત કરી શકો. આ પ્રકરણમાં આપણે માત્ર મનની કાર્ય પધ્ધતિ વિશે ચર્ચા કરીશું. અહિં આપણે મનના હાર્ડવેર સમા મગજ કે તેના માળખાકીય બંધારણ કે સંરચના અંગે ચર્ચા કરીશું નહિ. તેનું અહિં ઝાઝું મહત્વ નથી.

માનવીનું મન એક રબરબેન્ડ જેવું છે. તમે એને જેટલું વધારે વાપરશો કે જેટલું વધારે કસશો

આજની તારીખ : --/--/--
(કૃપા કરી પેન્સિલથી લખો)

તેટલું તે વધારે તેજ અને સક્ષમ બનશે જેથી તે વધુ ને વધુ માહિતીનો સંગ્રહ અને તેનું પૃથ્થક્કરણ કરી શકે. અને જો તમે તેનો ઉપયોગ બિલકુલ કરશો જ નહિ

અથવા જેમ છે તેમ રહેવા દેશો, તો તે કાયમ માટે વધુ હતાશ, પ્રેરણા રહિત અને બિન ઉપયોગી બની જશે. અને ઉંમર વધતાં પરિસ્થિતી વધુ બગડતી જશે. વિચારશક્તિ, ગ્રહણશક્તિ અને પૃથ્થક્કરણ શક્તિ ધીમે ધીમે મંદ પડતાં વ્યક્તિ મૂંઝાયેલી, માનસિક રીતે બિમાર તથા બીજા બધા માટે જવાબદારીરૂપ બની જાય છે.

મનને સક્રિય અને સારી કાર્ય સ્થિતીમાં રાખવા માટે તેને સતત કેળવવું પડે, જેથી તે આપણે જે ઈચ્છિએ તે પરિણામ આપતું રહેશે. નવા અને હકારાત્મક વિચારો મગજ માટે આદર્શ ખોરાક છે. આ રીતે તે ખુશ રહે છે અને શરીરને મહત્તમ સ્તરે કાર્યશીલ રાખે છે.

પોતાનામાં દ્રઢ વિશ્વાસ, પોતાની ક્ષમતા પર પૂરો ભરોસો હોય અને અનુભવનું ભાથું હોય તેમાંથી હકારાત્મક વલણ ઉદ્ભવે છે. મનની શક્તિ ક્ષીણ પડવાનો સબંધ તમારા દૈનિક જીવનમાં આવતાં વિચારો અને વર્તણૂક સાથે છે. જીવનમાં મોટો સમય તમે ખુશ અને તાણ મુક્ત રહો તો પાછલી જિંદગીમાં પણ તમારું મન વધુ યુવાન અને તંદુરસ્ત રહેશે. તેથી તમારું મન યુવાનની જેમ કાર્ય કરશે. તેનો અર્થ એ કે તમે હંમેશાં વધુ સ્પષ્ટ વિચારી શકશો, શીખી શકશો અને ઝડપથી યાદ કરી શકશો.

આજે તમારે તમારી જાતને એક વચન આપવાનું છે. આ પુસ્તકમાં સૂચવાયેલી પદ્ધતિનો અમલ તમારે સમર્પિત અને ગંભીરતાપૂર્વક કરવાનો છે. કોઈ પ્રકારની તાણ કે ચિંતા કરવાની જરૂર નથી. મનની સ્થિરતા અને ધીરજ હોય ત્યારે જ સારા પરિણામ મળે છે. પરિણામ વ્યક્તિ - વ્યક્તિએ જૂદા હોય છે. તેથી સ્પર્ધા કે નકલ કરવાની જરૂર નથી.જરૂર પડ્યે વધુ વાર પ્રયાસ કરીને પણ તમે સારું પરિણામ મેળવી શકો છો. તમારે તમારી સમજણ અને તમારી સ્મરણ શક્તિમાં સુધારાને આધારે વધુ પ્રયાસ કરવાના છે.

આપણું મન સ્વયં બુદ્ધિશાળી છે, પણ તેનો અતિ અલ્પ માત્રામાં ઉપયોગ કરાય છે. વિશ્વના સૌથી સફળ વ્યક્તિઓ પણ તેમના મનની ૧૦ ટકાથી વધુ શક્તિનો ઉપયોગ નથી કરતાં. જરા વિચારો, કે જો તમે તમારા મનની કામ કરવાની શક્તિ થોડા ટકા પણ વધારી શકો તો તમારા જીવનમાં આમૂલ પરિવર્તન આવશે. આ પુસ્તક તમને તે દિશામાં દોરી જશે. વાંચો, સમજો અને ત્યાર બાદ તમારી ક્ષમતા અને અનુકૂળતા મુજબ સૂચવેલી પદ્ધતિનો અમલ કરો. ફરી વાર યાદ કરાવું કે કોઈ અન્ય વ્યક્તિ સાથે તમારી જાતની સરખામણી, નકલ અને સ્પર્ધા કરો નહીં. તમારી રીતે આગળ વધો અને વિશ્વમાં તમે છવાઈ જશો.

અનાદિ કાળથી દુનિયાએ અસંખ્ય બુદ્ધિશાળીઓને જોયા છે. મહાન વૈજ્ઞાનિકો,

બુદ્ધિવંતો, ગણિતજ્ઞો, કળાકારો, સંતો, આધ્યાત્મિક ગુરુ અને તેમના જેવી અનેક પ્રતિભાઓ થઈ છે જેમણે પોતાના મનની શક્તિને એવી રીતે કેળવી જેના વડે તેઓ સેવા, જ્ઞાન, સંશોધનો અને શોધખોળ દ્વારા મનુષ્યનું જીવન સુધારવા માટે મહત્વનું પ્રદાન આપી શક્યા. આમાં ન્યુટન, આલ્બર્ટ આઈનસ્ટાઈન, ગ્રેહામ બેલ, જોન એફ. હોપકિન્સ, શકુંતલા દેવી, દિપક ચોપરા જેવા અન્ય નામ છે. આ યાદીનો કોઈ અંત નથી.

શરીર અને મનને તંદુરસ્ત રાખવા માટે નિયમીત કસરત અને અભ્યાસ જરૂરી છે. શરીરને ચુસ્ત રાખવા માટે જેમ નિયમીત વ્યાયામ અને સાત્વિક અને સમતોલ આહાર જરૂરી છે, તેમ મનની તંદુરસ્તી જાળવી રાખવા સારા, નવા અને હકારાત્મક વિચારોનો આહાર સમયાંતરે મળતો રહેવો જરૂરી છે. શારિરીક વ્યાયામ રક્તવાહિનીઓને સારી

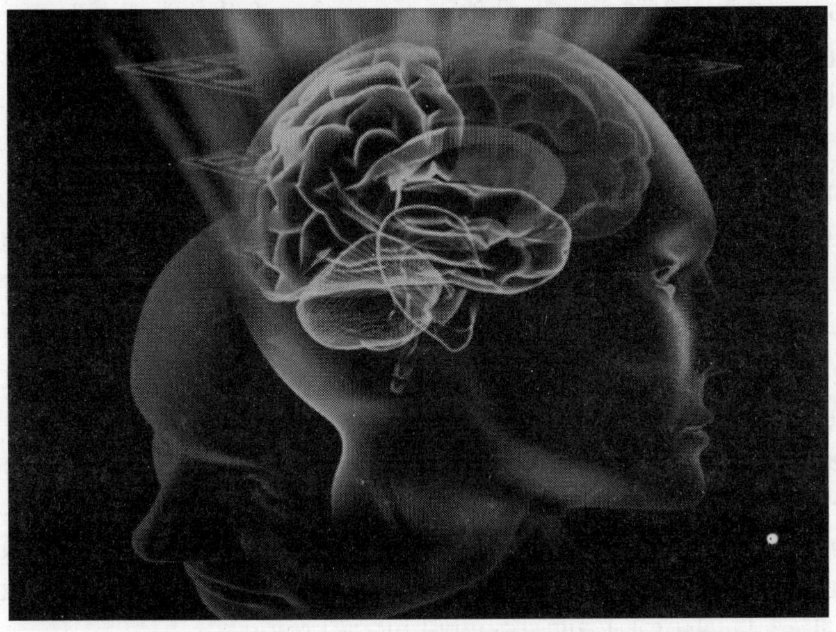

સ્થિતીમાં રાખે છે, ચરબીનું પ્રમાણ ઘટાડે છે અને રુંધાયેલી નસોના અવરોધ દૂર કરે છે. આનાથી મગજને લોહી અને ઓક્સિજનનો નિયમીત પૂરવઠો મળે છે. તેથી મન સારી રીતે કામ કરે છે.

તમામ જીવંત પ્રાણીમાં માનવ મન સૌથી વધુ જટિલ અને શક્તિશાળી છે. રમત રમવાથી, કોયડા અને ઉખાણા ઉકેલવાથી અથવા ગણિતના દાખલા ઉકેલવા જેવી મનની કસરત મનને તંદુરસ્ત અને સક્રિય રાખવા માટે સારી ગણાય છે. મન તંદુરસ્ત

હોય ત્યારે જ આવી કોઈ પ્રવૃત્તિ કરવાની અથવા સ્મરણ શક્તિ વધારતા કાર્યક્રમ હાથમાં લેવાની સલાહ છે. જેથી તમારા મન પર કોઈ જાતનું વધારાનું દબાણ આવે નહીં અને યાદશક્તિ વધારતા કાર્યક્રમનો પૂરતો લાભ લેવામાં અવરોધક બને નહીં.

આજથી તમારા જીવનમાં હિંમત અને પ્રેરણાથી નવી શરૂઆત કરો. આ અભિગમ તમને તમારા કડવા અનુભવો અને યાદોને દૂર કરવામાં મદદ કરશે, જે તમને નવું શખિવામાં અને તમારા આ નવા સ્મરણશક્તસિુધારવાના અભયિાનમાં મોટી અડચણ રૂપ બની શક્યા હોત.

હવે, તમારી આંખો બંધ કરો અને ધ્યાન ધરો કે ભવિષ્યમાં તમારે શું બનવું છે. કલ્પના કરો તમારે અભ્યાસમાં હોંશિયાર બનીને સૌથી બુદ્ધિશાળી વિદ્યાર્થી બનવું છે, તમારી કંપનીમાં શ્રેષ્ઠ કર્મચારી બનવું છે અથવા સિવીલ સર્વિસ પરીક્ષામાં પહેલા ક્રમાકે આવવું છે કે પછી સેલ્સ અને માર્કેટીંગમાં ઝળહળતી કારકિર્દી બનાવવી છે? આમાંની પસંદગી ઘણી હોઈ શકે છે, કારણકે પસંદ તમારે કરવાનું છે. કલ્પના કરવાનું આ કદમ ઘણું મહત્વનું છે. તેનાથી જ આ તરકીબ કામ કરશે અને તમને જોઈતું પરિણામ મળશે.

યાદ શક્તિને બે ભાગમાં વહેંચી શકાય - ટૂંકા ગાળાની યાદ શક્તિ અને લાંબા ગાળાની યાદ શક્તિ. ટૂંકા ગાળાની યાદ શક્તિ દરેક વસ્તુને યાદ રાખે છે પણ તોડા સમય માટે. કોઈ ફિલ્મ અથવા નાટકના પાત્રો અને વાર્તા થોડા સમય માટે યાદ રહે છે.

લાંબા ગાળાની યાદશક્તિ બે રીતે ઉદભવે છે. પહેલી પોતાની મેળે. જેમ કે કોઈ ભયાનક ઘટના જેની પાછળથી મનમાં યાદ આવતી રહે અને આપણને પરેશાન કરતી રહે છે. વ્યક્તિની સુંદરતા અને વ્યક્તિત્વ આપણને આકર્ષે છે અને ક્યારેક આપણને તે ઘટના તરફ દોરી જાય છે, કોઈક ભોજનનો સ્વાદ આપણને યાદ રહી ગયો હોય અને જ્યારે કોઈ સ્વાદિષ્ટ ભોજન આરોગીએ ત્યારે તે યાદ આવે, તે જ રીતે કોઈ પ્રવાસનું સ્થળ, પાણીનો ધોધ અથવા કોઈ સુંદર સ્થળ જે આપણા હૈયામાં કોતરાઈ ગયું હોય તે અને આવું ઘણું બધું ટેલિવિઝન જોતાં આપણને યાદ આવે છે. બીજું, જ્યારે આપણે વાંચન અથવા લેખન સમયે કોઈ લખાણ, સંવાદ, અભિનય અથવા ગીત સતત યાદ કરીએ કે રિહર્સલ કરીએ ત્યારે તે આપણને યાદ રહી જાય છે.

મનુષ્યના મનની કાર્યક્ષમતાને બે ભાગમાં વહેંચી શકાય. આ ક્ષમતા જાગૃત મન અને અર્ધ જાગૃત મન એક સાથે કામ કરે છે. આપણે ઊંઘમાં હોઈએ ત્યારે પણ અર્ધ જાગૃત મન કાર્યરત રહે છે જ્યારે જાગૃત મન થોડો આરામ કરે છે. અર્ધ જાગૃત મન વ્યક્તિની વિચાર પ્રક્રિયા, ગ્રહણશક્તિ, હકારાત્મક અને નકારાત્મક ભાવના, સુખ, દુઃખ અને ભય જેવી લાગણીનું વિશ્લેષણ અને નિયમન કરે છે. તેથી, મનને આપણે શું રજૂ કરીએ છીએ તેનું સતત નિરીક્ષણ કરવું મહત્વનું છે. કારણકે મન પોતાની મેળે

સારા અને ખરાબનો તફાવત પારખી નથી શકતું. અર્ધ જાગૃત મન તેને પૂરા પડાયેલા વિચારોના વિશ્લેષણને આધારે જ પરિણામ આપે છે. અને આ રીતે જ વ્યક્તિના મૂડ અને ભાવ જન્મે છે.

એ તો સામાન્ય હકીકત છે કે શરીર અથવા કોઈ યંત્ર ત્યારે જ સારું કામ કરી શકે જ્યારે તેને થોડો આરામ મળે. આ બાબત મનને પણ લાગુ પડે છે. આપણે ગાઢ નિદ્રા પછી તરોતાજા બનીએ છીએ અને નવી શક્તિનો સંચાર થયો લાગે છે. આવું એટલે બને છે કે આપણે આપણા શરીર અને જાગૃત મનને થોડા કલાકનો આરામ આપ્યો. રાત્રિના ગાઢ અંધકાર અને નિરવ શાંતિમાં ઊંઘ લેવામાં આવે તો વધુ આરામ મળે છે. આપણે જેવા જાગીએ ત્યારે બધું આપમેળે ફરીથી કાર્ય કરવા માંડે છે. આને આપણે

જાગૃત મનના રેકોર્ડિંગ અને સંગ્રહ કહીએ છીએ.

ઊંઘ એ દરેક વ્યક્તિની કુદરતી પ્રક્રિયા છે, જેમાં શરીર અને જાગૃત મનને આરામ મળે છે. અને, તેથી જ તે તંદુરસ્ત રહે છે. નિદ્રા માટે રાત્રિનો સમય શ્રેષ્ઠ છે. આપણું શરીર સૂર્યોદય અને સૂર્યાસ્તની સાથે કામ કરવા અને અને આરામ લેવાને ટેવાયેલું છે.

પણ અર્ધ જાગૃત મનનું શું, જેને જન્મથી અત્યાર સુધી એક ક્ષણનો પણ આરામ મળ્યો નથી? અને આ એ જ અર્ધ જાગૃત મન છે જે વિશ્લેષણની, અભ્યાસ, યાદ રાખવાની પ્રક્રિયા કરે છે. પોષક આહાર, પૂરતો આરામ અને નિયમીત કસરત સારા સ્વાસ્થ્યની ચાવી છે. આથી અર્ધ જાગૃત મનને સારું પોષણ, જરૂરી આરામ અને વ્યાયામ આપવાની આપણી ફરજ છે, જેથી તેની ક્ષમતા વધે અને પરિણામે યાદશક્તિ સુધરે.

પોષણ

મનને પોષણ ત્રણ રીતે આપી શકાય. એક, નિયમીત સમતોલ આહાર લઈને જેમાં, જરૂરી વિટામીન, ખનિજ તત્વ, એમિનો એસિડ અને અન્ય પોષક તત્વો હોય. બીજું, કેટલીક એવી શારીરિક પ્રવૃત્તિ જેમ કે ચાલવું, નજીકના ગ્રોસરી સ્ટોરમાં જવા માટે સાયકલ ચલાવવી, લિફ્ટ બદલે દાદરા ચડવા અથવા ઘરના કામમાં વડીલને મદદ કરવી જેથી મગજ તરફ જતા લોહીમાં પ્રાણવાયુનો પૂરવઠો વધુ મળે. ત્રીજું, હકારાત્મક વિચાર ધરાવતા અને સફળ વ્યક્તિને મળતાં રહેવું અને તેમની સાથે સફળતાની ચર્ચા કરવી અને પ્રેરણા મળે તેવા પરિસંવાદ અને કાર્યશાળામાં હાજરી આપવી.

વિશ્રાંતી અને આરામ

જાગૃત મનને આપી શકાતા વિશ્રાંતી અને આરામનું નિયંત્રણ કરી શકાય છે. અને તે અનેક રીતે કરી શકાય છે. જેમ કે એક પ્રવૃત્તિ બંધ કરીને થોડો સમય બીજી પ્રવૃત્તિ કરવી, નિદ્રા લેવી અથવા ઝોકું ખાવું, રમવું, ટીવી જોવું, વિષય બદલવા, સ્નાન, નજીકના

બાગમાં ઝડપથી ચાલવું, વહેલી સવારે ખુલ્લા ઝાકળ ભીના લીલા ઘાસ પર ખુલ્લા પગે ચાલવું અથવા સ્ટ્રેચિંગ એક્સરસાઈઝ કરવી, ફિશીંગ કરવું, ઝાડ પાનને પાણી પાવું વગેરે.

બીજી બાજુ, અર્ધ જાગૃત મન નિયંત્રિત કરી શકાતું નથી અને તેનું કામ અટકાવી શકાતું નથી. પણ દરરોજ ધ્યાન ધરવાથી તેની કામગીરીને થોડી ધીમી પાડી શકાય છે. અને ત્યાર બાદ ધીરે ધીરે આ પ્રક્રિયા વધારીને આપણા અર્ધ જાગૃત મનને વધુ વાર આરામ અને વિશ્રાંતી આપી શકાય છે. આવો થોડી મિનીટનો આરામ પણ મનની કાર્યક્ષમતા, શીખવાની ક્ષમતા અને યાદ રાખવાની ક્ષમતા થોડા સમયમાં અનેક ગણી વધારે છે. આ ઉપરાંત ધ્યાનનો પણ બીજો મોટો લાભછે. ધ્યાનના

પ્રારંભમાં બધી જ નકારાત્મક ભાવના, વિચારો, અનુભવો અને ઘટના મનમાંથી આપમેળે ભૂંસાતા જશે. આથી મન તદ્દન કુદરતી અને સરળ રીતે તેનાથી વિમુખ થશે. આનાથી ધ્યાન શક્તિ વધે છે, જેથી શીખવાની અને ગ્રહણ શક્તિમાં વધારો થાય છે.

અર્ધ જાગૃત મન વધુ શક્તિશાળી છે અને તે જાગૃત મનને દૈનિક પ્રવૃત્તિમાં અને મહત્વના નિર્ણય લેવડાવવામાં નિર્ણાયક ભૂમકિા ભજવે છે. તેથી, થોડી પ્રેક્ટિસ, ધૈર્ય અને પ્રયાસ દ્વારા આપણે અર્ધ જાગૃત મનને આપણી રીતે કામ કરવાની સૂચના આપી શકીએ છીએ અને તે રીતે જોઈતું પરિણામ મેળવી શકાય છે. આપણા મનની કામ કરવાની અને શીખવાની ક્ષમતા વધારવાની સૂચના અર્ધ જાગૃત મનને યોગ્ય રીતે આપવામાં આવે તો તેના અદભૂત પરિણામ મળે છે અને થોડા દિવસમાં આપણી જાણ બહાર આપણે વધુ કુશળતાથી અને લાંબો સમય તથા ઓછા કંટાળા સાથે કામ કરી શકીએ છીએ. તેથી, તમારા મનને હંમેશા સારા અને હકારાત્મક વિચારો આપતા રહો. મૂળ શક્તિ અને કાર્યક્ષમતા અર્ધ જાગૃત મન પાસે છે, જ્યારે શીખવાની અને યાદ રાખવાની પ્રવૃત્તિમાં ભૂમિકા નાની છે.

વ્યાયામ

ચાલવાથી શરીરને જે લાભ થાય છે, તેવો જ લાભ વિચારવાથી મનને મળે છે. આ બંને પ્રક્રિયા તત્કાળ છે જે આપણી તંદુરસ્ત જીવનશૈલી માટે મહત્વની છે. શારિરીક અને માનસિક કસરત આપણને જીવનભર ચુસ્ત, તંદુરસ્ત અને સારી સ્થિતીમાં રાખે છે. શારિરીક વ્યાયામ અને પ્રવૃત્તિઓ આપણને શારિરીક અને માનસિક રીતે તંદુરસ્ત રાખે છે, જ્યારે માનસિક કસરતો અને પ્રવૃત્તિ પણ શારિરીક અને માનસિક તંદુરસ્તી બક્ષે છે.

શારિરીક કસરતો અને પ્રવૃત્તિઓ આપણા શરીરને સતેજ બનાવીને રક્ત ભ્રમણની પ્રક્રિયા નિયમીત કરે છે જેથી મગજ સુધી વધુ પ્રાણ વાયુ પહોંચે છે. મગજને પૂરતા

પ્રમાણમાં તાજો પ્રાણવાયુ મળે તો મન શાંત અને ઠંડું રહે છે. જેથી કામ સારું અને ઝડપથી થાય છે. જ્યારે માનસિક કસરતો અને પ્રવૃત્તિઓ મનને સક્રિય અને સતેજ રાખે છે જે તેને બહેતર અને ઝડપી કામ કરવાને સક્ષમ બનાવે છે, જેથી શરીરને સક્રિય અને તંદુરસ્ત રાખવામાં મદદ મળે છે, કારણકે શરીરનું નિયમન મન દ્વારા થાય છે.

સલાહ : આ પ્રકરણ દિવસમાં બેથી ત્રણ વાર ઓછામાં ઓછા ચાર કલાકના અંતરે વાંચવું. આનાથી તમારું મન અને તેની શક્તિઓ સ્મરણ શક્તિ સુધારવાના કાર્યક્રમ તરફ વળવા માટે તૈયાર થશે.

***

તમારી જાતને સ્મરણ શક્તિ સુધારવાના કાર્યક્રમ માટે તૈયાર કરો

નીચે કેટલીક માનસિક કસરતોની યાદી આપી છે જે મનને સક્રિય, સચેત, ચોક્કસ અને ધ્યાન કેન્દ્રિત કરવામાં મદદગાર સાબિત થવાની સાથે શાંત અને આરામ અપનાવવામાં સહાયક થશે. આ બાબત આપણી દૈનિક જીવનશૈલીમાં શીખવામાં, અપનાવવામાં તેની પ્રેક્ટિસ કરવામાં અને પર્ફોમ કરવામાં ઘણી સરળ છે.

તમારા મનને કલ્પના કરવામાં પરોવો

આ પ્રવૃત્તિઓ મનને અલગ રીતે વિચારવા અને કાર્ય કરવા પ્રેરશે જે તેની માટે નવી હશે તેણે આવી પ્રવૃત્તિ પહેલાં ક્યારેય નહીં કરી હોય. અને ધીમે ધીમે વિચાર ક્ષમતા વધવાની શરૂઆત થશે.

- તમારી આંખો બંધ રાખીને, તમારા રૂમમાં ફરો અને સ્ટડી ટેબલ, ફૂલદાની, પડદા, કબાટ, ટીવી, કોમ્પ્યુટર, મ્યુઝિક સિસ્ટમ વગેરે વસ્તુઓ તમારા હાથથી ઓળખો.
- થોડાક ચલણી સિક્કા એક બોક્સમાં મૂકો અને તેને ઓળખી તેનો તફાવત જાણવાનો પ્રયાસ કરો.
- રોડની એક બાજુએ સુરક્ષિત ઉભા રહો અને ત્યાંથી પસાર થતાં વિવિધ વાહનોને તેના એન્જિનના અવાજ અને હોર્ન પરથી તેની અલગતા પારખવાનો પ્રયાસ કરો.
- બગીચામાં હોવ ત્યારે વિવિધ ફૂલને તેની સુગંધ પરથી ઓળખવાનો પ્રયાસ કરો.
- તમે ઘરમાં હો ત્યારે અને અન્ય સ્થળે જાવ ત્યારે ત્યાંના ઉષ્ણતામાનમાં થતાં ફેરફારને તપાસવાનો પ્રયાસ કરો.

આજની તારીખ : --/--/--
(કૃપા કરી પેન્સિલથી લખો)

- આંખ બંધ કરી નાહવાનો પ્રયાસ કરો. બધી જ દૈનિક પ્રવૃત્તિ તમારી કલ્પનાને આધારે કરો.
- તમને જમવામાં શું પીરસાયું છે તેને બંધ આંખે સોડમ અને સ્પર્શથી ઓળખવાનો પ્રયાસ કરો.

બીજા હાથનો ઉપયોગ કરવો

(નોંધ : જો તમારી બધી દૈનિક પ્રવૃત્તિ જમણા હાથે કરતાં હો તો તમારા ડાબા હાથનો મુખ્ય હાથ તરીકે ઉપયોગ કરી તે પ્રવૃત્તિ કરવાનો પ્રયાસ કરો. અને જો તમે ડાબા હાથે બધી દૈનિક પ્રવૃત્તિ કરતા હો તો જમણા હાથનો મુખ્ય હાથ કરીકે ઉપયોગ કરી નીચેનો અભ્યાસ કરો)

આ વિશ્વમાં મોટા ભાગના લોકો જમણા હાથે તેના દૈનિક કાર્ય કરે છે. આનો અર્થ એ કે તેમનું ડાબુ મન વધારે ઉપયોગમાં લેવાય છે અને જમણી બાજુનું મન મોટા ભાગના સમય સુધી ખાલી પડ્યું રહે છે. ધીમે ધીમે, જ્યારે આપણે આપણા બીજા હાથનો ઉપયોગ કરવાનું શરૂ કરીએ છીએ, જે અહીં ડાબો હાથ છે, ત્યારથી આપણે આપણા જમણી બાજુના મનના ઉપયોગની પણ શરૂઆત કરીએ છીએ. આપણા બંને હાથનો ઉપયોગ કરવાથી આપણે યાદશક્તિ વધારવાની સાથે આપણો ઘણો કિંમતી સમય પણ બચાવીએ છીએ. આ રીતે, નીચેની પ્રવૃત્તિ દ્વારા આપણે આપણા મનની કાર્ય શક્તિ અને સંગ્રહશક્તિ વધારી શકીએ છીએ.

- લુડો ગેમની કુકરી, ટેબલ ટેનિસનું રેકેટ, બેડમિન્ટન રેકેટ, કેરમ બોર્ડનું સ્ટ્રાઈકર, ચેસ વગેરે બીજા હાથે રમવાના અને પકડવાના પ્રયાસ કરો.
- તમારી જમવાની ચમચી બીજા હાથે પકડી ખાવાનો પ્રયાસ કરો અથવા લખવું, ડ્રોઈંગ કરવું, બ્રશથી પેઈન્ટિંગ, મ્યુઝિકલ ઈન્સ્ટ્રુમેન્ટ વગાડવું વગેરે બીજા હાથે કરવાનો પ્રયાસ કરો.
- ટેલિવિઝન, કોમ્પ્યુટર, લેપટોપ, એર-કન્ડિશનર, મ્યુઝિક સિસ્ટમ વગેરે શરૂ કરવા અને તેના રિમોટ કંટ્રોલનો ઉપયોગ બીજા હાથથી કરો.
- તમારા વાળ ઓળવા, શેવિંગ કરવું, દાંત ઘસવા, જૂતા સાફ કરવા, ફોન અથ વા મોબાઈલ હેન્ડસેટ પર નંબર ડાયલ કરવો વગેરે તમારા બીજા હાથે કરવાનો પ્રયાસ કરો.
- ફળો અને શાકભાજી સુધારવા, તેની છાલ ઉતારવી, જમવાનું બનાવવું, વાસણ ધોવા, છોડવાને પાણી આપવું, વાહનને સાફ કરવા અને ગ્રીસીંગ કરવું વગેરે બીજા હાથે કરવાનો પ્રયાસ કરો.
- આ ઉપરાંત, દિશા અને નિર્દેશ બદલવાના પણ પ્રયાસ કરો. જેમકે, તમારી

બાયસિકલ અથવા ટુ-વ્હીલર પર બેસવાની બાજુ બદલો. વાહન શરૂ થાય તે પહેલાં આમ કરવું. આ ઉપરાંત બીજા પગે તેને કીક-સ્ટાર્ટ કરવાનો પ્રયાસ કરો.

સલાહ : આ પ્રકરણ આજે દિવસમાં ત્રણથી ચાર વાર ઓછામાં ઓછા ચાર કલાકના અંતરે વાંચો, અને તમને સૂચવવામાં આવેલી પ્રવૃત્તિનો અભ્યાસ કરો. તે સરળ નથી પણ આમ કરવામાં તમને રસ પડશે.

દિવસ ૩

નિરીક્ષણ, વિચારશક્તિ અને વિશ્લેષણ

નીચે જણાવેલી પ્રવૃત્તિ વડે તમે એવી રીતે વિચારતાં અને કામ કરતાં થશો જે તમારી સામાન્ય જિંદગીથી જૂદા હોય. આવી પ્રવૃત્તિને સહ-પ્રવૃત્તિ કહેવાય છે. જેનો સંબંધ એક યા બીજી રીતે આપણા અભ્યાસની સાથે છે.

- જૂદા જૂદા કોયડા ઉકેલો. આ ગણિતના દાખલા, ક્રોસવર્ડ હોય, અંગ્રેજી અથવા તમારી પસંદગીની કોઈ પણ ભાષામાં શબ્દ ગોઠવણી હોય અથવા સામાન્ય જ્ઞાનના પ્રશ્નો હોય.
- સમૂહ નાટક, એક્ટિંગ, ગાયન અને નૃત્ય સ્પર્ધા, ચર્ચા અને લેક્ચર વગેરેમાં ભાગ લો.
- તમારી શાળા અથવા શૈક્ષણિક સંસ્થામાં યોજાતા વિજ્ઞાન પ્રદર્શન અને સ્પર્ધા, પરિસંવાદ, મેળા, મેચ, ઉત્સવ, રમત ગમતમાં ભાગ લો.
- નવો શોખ કેળવો. જેવો કે ચિત્રકળા, પેઈન્ટિંગ, આકૃતિ દોરવી, લેખ - કવિતા લખવા, સ્ટેમ્પ - સિક્કાનો સંગ્રહ કરવો અથવા નવી ભાષા શીખવી.
- છોડ અથવા ફૂલ, જંતુ, પક્ષી કે પશુનું નિરીક્ષણ કરવું અને તેમની રચનાથી લઈને અસ્તિત્વને લગતી જાણકારી એકઠી કરવી.
- ઊંધેથી ગણવાની પ્રવૃત્તિ ઘણી રસપ્રદ છે, જેમ કે ૧૦, ૯, ૮, ... ૧, ૦.
- શરૂઆતમાં આંકડાં જોઈને ઊંધેથી ગણો અને તે પછી લખેલું ગમે ત્યાં હોય ત્યાંથી જોયા વિના વારંવાર ગણવાનું રાખો. ધીરે ધીરે ગણવાની સંખ્યા વધારતા રહો, દા. ત. દસથી ઊંધી ગણતરી શરૂ કર્યા બાદ ૨૦થી, પછી ૩૦થી એમ ઊંધી ગણતરી વધારતા જાવ.
- તમને ગમતાં હોય તે એક્ટર કે મશહૂર વ્યક્તિની અદા, વર્તણૂંક કે સ્ટાઈલની નકલ કરો.
- કોઈ રમતને અલગ રીતે રમો અથવા બોલ, રૅકેટ, શટલ કોક, કુકરી, પ્લેયીંગ કાર્ડ વગેરેના ઉપયોગ દ્વારા નવી રીતે રમત રમવાનો પ્રયાસ કરો. બે અથવા તેથી વધુ બોલ હાથ વડે ઊંચેથી નીચે ફેંકો અને તેને ફેરવવાનો પ્રયાસ કરો.

આજની તારીખ : --/--/--
(કૃપા કરી પેન્સિલથી લખો)

- બાસ્કેટ બોલ અથવા કોઈ પણ બોલને બંને હાથ જમીન પર અને હવામાં રાખીને બેટ અથવા રેકેટ સાથે જૂદી રીતે મારો.

સામાન્ય સાવધાની

- દરેક પ્રવૃત્તિ સાવધાની સાથે કરવી. તેના દ્વારા તમને કોઈ નુક્શાન થવું નહીં જોઈએ અને અન્ય માટે તે ઉપદ્રવ નહીં બનવી જોઈએ અથવા તે કરતી વખતે હાસ્યાસ્પદ નહીં લાગવી જોઈએ.
- શરૂઆતમાં કેટલીક પ્રવૃત્તિ કંટાળાજનક અથવા મૂંઝવણભરી લાગશે અથવા શરૂઆતમાં તે પ્રવૃત્તિ કરવામાં તમે નિષ્ફળ પણ જશો, પણ આનાથી તમારી યાદશક્તિમાં જબરો વધારો થશે. તેથી ધીરજ પૂર્વક તે પ્રવૃત્તિ કરતાં રહો. અંતે તેનો લાભ તમને જ મળશે.
- આ પ્રવૃત્તિ તમારી માટે વિચારવાના નવા આયામ ખોલવાની સાથે તમારા મનને આનંદ આપશે, રાહત પમાડશે અને તરોતાજા કરી દેશે.
- આ પ્રવૃત્તિ આનંદિત અને રમતીયાળ મૂડમાં કરો. આ રીતે તે સરળતાથી અને ઝડપથી થઈ શકશે અને તમે નવા પ્રકારની પ્રવૃત્તિનો પણ અભ્યાસ કરો. તેનાથી મન પર કોઈ પ્રકારનું વધારાનું દબાણ નહીં આવે.
- અને અંતે, જેટલો વધુ અભ્યાસ તમે કરશો તેટલું દિવસે દિવસે તે વધુ બહેતર બનતું જશે અને ધીમે ધીમે તમારા મનની ક્ષમતામાં ઘણો વધારો થશે.

તમે જાણો જ છો કે આપણે આપણા મનનો માત્ર ૧૦ ટકા જેટલો ઉપયોગ કરીએ છીએ. હવે વિચાર કરો કે ૧૦ ટકાના ઉપયોગથી વિજ્ઞાન અને ટેક્નોલોજી, અવકાશ, ઔષધ, કોમ્પ્યુટર, ઓટોમોબઈલ્સ, ટેલિકોમ વગેરે ક્ષેત્રોમાં સંશોધનમાં બેનમૂન કાર્ય થઈ શક્યા છે તો મનની ક્ષમતામાં વધારો કરવાથી વ્યક્તિના સ્વ-વિકાસની સાથે વ્યક્તિની ખુશીઓમાં પણ કેટલો વધારો થઈ શકે છે.

> સલાહ : આ દરેક પ્રવૃત્તિ આજ ના દિવસમાં ત્રણથી ચાર વાર કરો. તમે નિષ્ફળ જાવ તો ચિંતા ન કરો. દરેક નવા અધ્યયન સાથે તે વધુ બહેતર બનતી જશે.

***

દિવસ ૪

સારી રીતે શીખવાની કળા વિકસાવો

સારી શિક્ષણ કળા

શીખવું એ નિરંતર ચાલતી પ્રક્રિયા છે, તે અનેક રીતે કરી શકાય છે. આપણે જન્મ લઈને પ્રથમ શ્વાસ લઈએ ત્યારથી આ પ્રક્રિયાનો આરંભ થાય છે. આ એક કુદરતી પ્રક્રિયા છે, જેને તમારું મન સમજે છે અને સ્વીકારે છે. તે તાર્કિક હોય તે વાતને અને વારંવાર સામે આવતી રહે તેને સરળતાથી યાદ રાખે છે. તેથી એક પ્રક્રિયા વારંવાર અને નિયમીત

કરતા રહેવાથી અવશ્ય તેના સારા પરિણામ મળે છે. આ માટે નિરીક્ષણ શક્તિ પણ સારી હોવી જરૂરી છે.

શીખવાની કુદરતી પ્રક્રિયા

શીખવાની ઘણી રીત છે, જેવી કે નિહાળવું, નિરીક્ષણ કરવું, અનુભવવું, સાંભળવું, સૂંઘવું, ચાખવું અને પારખવું. આપણું શરીર જેવા સ્પંદન પારખે તેની મન તત્કાળ નોંધ લેતું હોય

આજની તારીખ : --/--/--
(કૃપા કરી પેન્સિલથી લખો)

છે. આવી રીતે જે જોવામાં, સાંભળવામાં કે અનુભવવામાં આવ્યું હોય તેવા સ્પંદનોની મંજૂષા ભરાતી જાય છે. શીખવાની આ પ્રક્રિયા જીવનની અંતિમ ક્ષણ સુધી ચાલતી રહેશે.

શિક્ષણ

શીખવાની પ્રક્રિયાનો આરંભ શાળાના શિક્ષણથી થાય છે. શાળા જીવન દરમિયાન વર્ગમાં, તાલિમ કાર્યક્રમમાં અથવા વ્યાવસાયિક કારકિર્દીમાં આ રીતે શીખવા મળે છે. તમે જે વાંચો, સાંભળો, અભ્યાસ કરો કે નિરીક્ષણ કરો, આ બધું મનમાં સચવાઈ જાય છે. તમે જ્યારે પાઠનો વારંવાર અભ્યાસ કરો, ત્યારે તે મનમાં પાકું બેસી જાય છે. પૂરતી સમજદારી હોવા ઉપરાંત શિક્ષણની ગ્રહણ કરવાની અને તેને યાદ કરવાની ક્ષમતાનો આધાર તમારી તીવ્ર સ્મરણ શક્તિ પર છે.

પૃથક્કરણ દ્વારા શીખવું

શીખવાની આ પદ્ધતિ ત્યારે ઉદ્ભવે જ્યારે આપણને આપણી સમસ્યાઓ અને મુશ્કેલીમાંથી જવાબ અને માર્ગ મળે. ફરીથી કહું કે આ એક કુદરતી પ્રક્રિયા છે કે જ્યારે સમસ્યા સામે આવે ત્યારે આપણે મન પાસે તેનો જવાબ માગીએ છીએ અને મન તેની અર્ધ જાગૃત અવસ્થામાં નિરાકરણ શોધવા લાગી જાય છે. મને તેના માહિતી સંગ્રહ અને જૂના અનુભવનું પૃથક્કરણ કરે છે. આ પ્રક્રિયા ઘણી વાર થોડી ક્ષણમાં જ યોગ્ય નિરાકરણ આપે અથવા તેમાં થોડા દિવસ લાગે છે. ધારણા એ પણ આ પ્રક્રિયાનો અંતર્ગત એક ભાગ છે.

આ રહ્યાં કેટલાક ઉદાહરણ

૧. ઘણી વાર આપણે દિવસમાં - પછી તે વહેલી સવાર હોય કે બપોર અથવા સાંજે - સમયનો અંદાજ બાંધીએ છીએ, જ્યારે આપણી પાસે કે આજુબાજ માં ઘડિયાળ હોય નહીં.

૨. ક્યારેક આપણે અચાનક બીજા કોઈ શહેરમાં માંદા પડેલા સંબંધીને મળવા માટે અગવડવાળા સમયે જવાનું આવે ત્યારે યોગ્ય પ્રકારનું ખાનગી કે જાહેર વાહન નક્કી કરવાની ચિંતા જાગે છે. આમાં આપણી સાથે આવનારાઓની સગવડ અને સલામતિનો , પહોંચવાના અંદાજિત સમયનો, ડોક્ટરને સાથે લઈ જવાનો કે અન્ય કોઈ પ્રકારની મદદ પહોંચાડવાનો પણ વિચાર કરવાનો હોય છે.

૩. પૃથક્કરણની પ્રક્રિયાની સાચો જીવનસાથી અથવા ધંધામાં ભાગીદાર શોધવામાં મહત્વની ભૂમિકા હોય છે. આપણે પ્રાપ્ત તમામ તથ્ય અને

સંજોગોના આધારે આપણી જરૂરિયાત અને ધોરણોને અનુરૂપ પૃથક્કરણ કરવાનું હોય છે.

ઘણા લોકોનો અનુભવ છે કે મન જ્યારે શાંત અવસ્થામાં હોય ત્યારે વધુ સારી રીતે કામ આપે છે. તાણની અવસ્થામાં તે ખોટા વિચાર - અને ઉત્તર આપે છે. તેથી હંમેશાં શાંત અને ઉદ્વેગહીન અવસ્થામાં રહી પરિસ્થિતીની ઉજળી બાજુનો વિચાર કરવો. આનાથી મન તમને અનુકુળ એવું નિરાકરણ શોધી શકશે.

અખતરા અને ભૂલ શીખવાની પધ્ધતિ

શીખવાનો આ એક બીજો પ્રકાર છે. તમે કોઈ સમસ્યાનો ઉકેલ સતત શોધતા રહો ત્યારે આ રીતે શીખવા મળે છે. નવા વિચારો અને તરકીબની જૂની તથા નવી રીતે અજમાયશ વારંવાર કરતાં રહેવાથી સમસ્યા ઉકેલાય છે. તેથી એ પરિસ્થિતીમાં તમને રાહત મળે છે. તમે જેમ વધુ અખતરા કરશો તેમ વધુ સારું પરિણામ મળશે આ ઉપરાંત બીજો પ્રયાસ વધુ સારી કઈ રીતે કરવો તે પણ શીખવા મળશે.

કેટલાક ઉદાહરણ

૧. આ એક સામાન્ય પરિસ્થિતી છે જ્યારે દરવાજો ખોલવા માટે આપણને ઝૂમખામાંથી તાળાની સાચી ચાવી મળતી નથી.અને આપણે ઉતાવળમાં હોઈએ ત્યારે તો પરિસ્થિતી ઓર બગડે છે. પરંતું નિયમીત વપરાશ દ્વારા જે તે દરવાજાના તાળાની સાચી ચાવી આપણને આસાનીથી મળી આવે છે.

૨. લાઈટ અને સ્વિચ બોર્ડ માટે પણ આવી સ્થિતી ઊભી થાય છે. શરૂઆતના દિવસોમાં આપણને કયા પંખા, લાઈટ કે બલ્બની કઈ સ્વિચ છે તે યાદ નથી રહેતું. પણ ધીમે ધીમે આપણે સાચી સ્વિચને સહેલાઈથી ઓળખતા થઈએ છીએ.

૩. ગેમ રમીએ કે કોયડો ઉકેલીએ ત્યારે પણ આવી જ તરકીબ કામ લાગે છે. ક્રોસવર્ડ ભરતી વેળા પણ વિવિધ શબ્દોના સમૂહ બનાવવામાં પણ આવું જ બને છે.

માનવીની શૈક્ષણિક પ્રક્રિયાને અસર કરતાં અનેક પરિબળ છે. માહિતીને યથાવત, સાચી અને ઝડપથી યાદ કરવાને પણ આ જ વાત લાગુ પડે છે. આ પદ્ધતિ આગળ જતાં પણ મહત્વની બને છે. આ પદ્ધતિ છે :

ઈચ્છા, આનંદી મૂડ અને વિધાયક અભિગમ

ઈચ્છા હોય, આનંદી મૂડ હોય, વિધાયક અભિગમ અને નિરીક્ષણની આદત હોય

ત્યારે ઝડપથી શીખી શકાય છે. આ કુદરતી પ્રક્રિયા છે. જીવનમાં વિધાયક અભિગમ જાળવીને તેનો વિકાસ કરવા માટે સ્વિકૃતી આપવાની ક્રિયા મદદરૂપ બને છે.

સંતોષનું સ્તર

મન જે વાંચન સહેલાઈથી કરી શકે અને સમજી શકે અને જે પ્રવૃત્તિ કે કામ સરળતાથી થાય તેમાં વધુ સંતોષ પ્રાપ્ત થાય છે. અને જ્યારે સંતોષ વધુ હોય ત્યારે શીખવાનું સ્તર પણ સારું હોય છે.

પ્રેરણા

પ્રેરણા અંદરથી આવે છે અને શીખવાની પ્રક્રિયામાં તે અદભૂત કામ કરે છે. વ્યક્તિ બીજા કોઈની સફળતા અને સિદ્ધિથી પ્રેરિત થાયછે. તેથી તે પોતે એવો જ રસ અને અનુભૂતિ કેળવવાનો પ્રયાસ કરીને ધ્યાન કેન્દ્રિત કરે તથા અભ્યાસ કે કામમાં મહેનત કરે તો તેના સારા પરિણામ મળે છે.

મન લાગવું

વ્યક્તિને કામ કરવામાં મન ત્યારે લાગે જ્યારે તેને સફળતાની ગાથામાં પોતાનું મહત્વ સમજાય. અહીં મન લાગવાનું ત્યારે બને જ્યારે વ્યક્તિ પોતાની સિદ્ધિ વિશે વિચારે અને બીજાની સફળતા વિશે સાંભળે. ત્યારે તેને પોતાનું ધ્યેય સિદ્ધ કરવાનું જોશ ઉપડે છે.

અધ્યયન અને પુનરાવર્તન

અભ્યાસનું વારંવાર વાંચન અને લેખન દ્વારા - અધ્યયન અને પુનરાવર્તનથી ઝડપથી અને વધુ પાકું શીખી શકાય છે. આમાં વ્યાકરણ, જોડણી કે કાળ સંબંધી ભૂલ થવાની શક્યતા રહેતી નથી. મોટેથી અને નિયમીત વાંચન દ્વારા અને બીજા લોકોની વાતચીત દ્વારા ભાષાના ઉચ્ચાર અને બોલવાની તરાહ સુધરે છે.

પડકારોનો નિર્ભયતાથી સામનો કરો

કોઈ કામ નવું શરૂ કરીએ કે નવેસરથી કરીએ ત્યારે કેટલીક સમસ્યાઓ, અવરોધો અને પડકારો સામે આવે છે. આ પડકાર નવી કોઈ પ્રવૃત્તિ અથવા આપણી રોજબરોજની જિંદગીમાં બદલાવ લાવતી ઘટનાને લગતા હોઈ શકે છે. આના કારણે તમારી વિચાર પ્રક્રિયા અથવા રહેણી કરણીને બદલવી પડે. આ પડકારો આળસ, નવી વિચારસરણી, રહેણી કરણીમાં કે આહારમાં ફેરફાર વગેરે સ્વિકારવાની અનિચ્છાના સ્વરૂપનો પડકાર હોઈ શકે છે. સમય કે નાણાંના અભાવમાંથી જાગતા એક પ્રકારના ભય કે ડરનો પણ હોઈ શકે. પરંતુ યાદ રાખો કે તમારી ઈચ્છા પૂરી કરવાના કોઈને કોઈ માર્ગ ચોક્કસ હોય છે. તમારે માત્ર નિરીક્ષણ અને આયોજન દ્વારા જૂદી રીતે કામ કરી નવી પ્રવૃત્તિમાં જોડાવાનું અને તેની કુશળતા પ્રાપ્ત કરવાનું છે.

પ્રવૃત્ત અને જાગૃત રહો

અભિગમમાં પ્રવૃત્ત અને જાગૃત રહેવાથી આપણી આસપાસ ચાલતી રહેતી અનેક ઘટનાઓ અને પ્રવૃત્તિથી માહિતગાર રહેવાય છે. આ અભિગમ રાખવાથી આપણને શક્તિઓ વધુ ખીલવવાની અને નવું શીખવાની તક મળે છે. આપણે ઘણું શીખ્યા હોય, ઘણું જ્ઞાન પ્રાપ્ત કર્યુ હોય, સફળતા અને સિદ્ધિઓ મેળવી હોય, છતાં એવી લાખો નવી વસ્તુ છે જેની આપણને જાણ સુધ્ધાં હોતી નથી. તેથી સતત નવું શીખવાના અભિગમ સાથે નવા વિચારોને સ્વીકારવા મનને ખુલ્લું રાખો.

> સલાહ : આ પ્રકરણ આજે ઓછામાં ઓછું બે -ત્રણ વાર ઓછામાં ઓછા ચાર કલાકના અંતરે વાંચો. આના વડે તમારું મન અને તેની શક્તિ સ્મરણ શક્તિ સુધારવાના કાર્યક્રમ તરફ વળશે.

***

દિવસ ૫

તમારી નિરીક્ષણ શક્તિ સુધારો ભાગ - ૧

સારી નિરીક્ષણ શક્તિ વડે પૃથક્કરણ ક્ષમતા ખીલે છે અને તેનાથી સારી રીતે શીખી શકાય છે. નિરીક્ષણ શક્તિ કેળવવાનું અને તેને વિકસાવવાનું સાવ સરળ છે. કોઈ વસ્તુનું કાળજીથી અને બારીકાઈથી નોંધ લેવાથી નિરીક્ષણ શક્તિ સુધરે છે.

ચાલો જોઈએ કેટલાક સરળ ઉદાહરણ :

એ. પ્રમાણિકતા એ શ્રેષ્ઠ નીતીછે	બી. પ્રમાણિકતા એ શ્રેષ્ઠ તીનિ છે
સી. પ્રમાણિકતા એ શ્રેષ્ઠ નિતિ છે	ડી. માણિકતા એ શ્રેષ્ઠ નીતિ છે

આ ચાર વાક્યમાંથી માત્ર એક વાક્ય સાચું છે અને બાકીના કોઈકને કોઈક રીતે ખોટા છે. આમાં કયું સાચું અને કયું ખોટું છે? તમે જાતે શોધી કાઢો અથવા તમારા માતા - પિતા, શિક્ષક કે અન્ય કોઈ વડીલને પૂછી જુઓ.

સારી નિરીક્ષણ શક્તિ ધરાવતા લોકો બીજા કરતાં ઓછી ભૂલ કરે છે. સારી નિરીક્ષણ શક્તિ વડે બુદ્ધિ ખીલે છે જે માનવીમાં સભાનતાનો ગુણ કેળવે છે. આવા માનવીઓ પોતાના ખરાબ અનુભવમાંથી તથા બીજાની બેકાળજી, ભૂલ અને ખરાબ પરિણામમાંથી પણ બોધપાઠ મેળવતા હોય છે.

માનસ શાસ્ત્રીઓનું માનવું છે કે જેમની નિરીક્ષણ શક્તિ સારી હોય તેમની યાદશક્તિ અને બુદ્ધિ પણ ખીલી હોય છે. આવા લોકો બીજા કરતાં ઝડપથી શીખે છે અને વધુ ચોક્સાઈથી લાંબો સમય યાદ રાખી શકે છે. એટલે લોકોએ સૌ પહેલાં પોતાની નિરીક્ષણ શક્તિ સુધારવાનું જરૂરી છે. એમના માટે આ ખાસ જરૂરી છે જેઓ સીધી સાદી વસ્તુ અથવા તેમની આસપાસ બની રહેલી ઘટનાનું નિરીક્ષણ કરવામાં ધીમા કે બેદરકાર હોય.

તમારી નિરીક્ષણ શક્તિ સુધારવાના પ્રયાસ શરૂ કરતાં પહેલાં નીચેની અજમાયશ કરી જુઓ :

આજની તારીખ : --/--/--
(કૃપા કરી પેન્સિલથી લખો)

- સારી જાસૂસી વાર્તા કે નવલકથા વાંચવાનું શરૂ કરો. ડિટેક્ટિવ સિરીયલ અથવા સિનેમા જોવાનું શરૂ કરો. જાસૂસીનું કામ ગુનાના ઘટના સ્થળનું, તેની સાથે સંકળાયેલા લોકોની પ્રવૃત્તિનું અને તેમના હાવભાવના સૂક્ષ્મ નિરીક્ષણ પર આધારીત છે. તમને નિરીક્ષણની અને યાદશક્તિ કેળવવામાં બહુ મદદગાર સાબિત થશે. આનાથી તમારી રોજબરોજની સામાન્ય પ્રવૃત્તિ માટેના અભિગમમાં પણ વધુ સાવધાની આવશે.
- વિશ્વભરમાં બનતી નવી નવી શોધખોળની ઘટનાઓની માહિતી મેળવવી શરૂ કરો. આવી બધી પ્રવૃત્તિ કરવા માટે ઘણી મહેનત, નિષ્ઠા, ધીરજ, સાવધાની અને સૂક્ષ્મ નિરીક્ષણ જરૂરી છે. આ ઘટનાઓ સાથે સંકળાયેલી ટીમ દ્વારા કઈ કાર્ય પદ્ધતિ અથવા તરકીબ અજમાવી તે શોધીને તેને શીખવાનો પ્રયાસ કરો. આનાથી તમારી નિરીક્ષણ શક્તિ ખીલવવામાં બહુ મદદ મળશે. પ્રત્યેક શોધ ખોળનું એક જુદું ફોલ્ડર બનાવો.
- તમારી શાળા, ઓફિસ કે કામ કરવાની સ્થળ પરની એવી પ્રવૃત્તિમાં ભાગ લો અથવા જોડાવ જે પૂરી કરવા માટે કોઈ સંશોધન અથવા તપાસ પ્રવૃત્તિ જરૂરી હોય. આના વડે તે કામ કરવા માટે ઉપયોગમાં લેવાયેલી પ્રવૃત્તિ શીખવા મળશે અને તેની તાલીમ લઈ શકાશે.

સલાહ : તમારા મિત્રો, સાથીઓ કે નજીકના બુક સ્ટોરમાંથી મળતી જાસૂસી નવલકથા મેળવો. શરૂઆતમાં, પરત કરવાની શરતે આ પુસ્તકો ઉછીના લાવો. તે રીતે, જાસૂસી વાર્તા પર આધારિત ટીવી સિરીયલ અથવા ફિલ્મ વિશે જાણો. પસંદગી તમારે કરવાની છે.

આનો હેતુ છે નિરીક્ષણ કરતાં શીખવાનો અને જાસૂસ તેના તપાસ કામમાં કંઈ પણ ચૂક્યા વિના નાનામાં નાની વિગતોની કઈ રીતે નોંધ લે છે તે સમજવાનો.

તમારી નિરીક્ષણ શક્તિ કેળવો ભાગ -૨

તમારી નિરીક્ષણ શક્તિ સુધારવા માટે કેટલાક દાખલા અહીં આપ્યાં છે. આની તમે એક ડાયરીમાં નોંધ કરી શકો છો.

(રાતે સૂતા પહેલાં ઓછામાં ઓછો એક મહિનો આનું અધ્યયન કરવું.)
(જવાબ એક વાર લખ્યા પછી તે ભૂંસવા નહીં અથવા ફેરફાર કરવા કે છેકવા નહીં.)
(રોજના અધ્યયનથી ચોક્સાઈ આપમેળે આવતી જશે.)

સવારે તમે કેટલા વાગે જાગો છો? - -------------

સવારે કેટલા વાગે તમે સ્નાન કરો છો? - ---------------

તમારો નાસ્તો કરવાનો સમય શું છે? - --------------

તમે નાસ્તામાં શું શું ખાધું ? - ------------------

આજે તમે કયા કપડાં પહેર્યા ? - ------------------

તમારા વસ્ત્રોનો રંગ શું હતો ? - -----------

તમે તેમાં પૂરા અનુકુળ હતાં ? - હા - ના - ઠીક ઠીક

આજે તમને વધુ આત્મવિશ્વાસ અનુભવાય છે? - --------------

કે તમે આજે કંટાળેલા કે થાકેલા છો? - ----------------

લોકોએ આજે તમને કઈ રીતે જોયા ? - સારા - વધુ સારા - સામાન્ય

આજે તમને તમારી કઈ વાત ગમી ? - ---------------

આજે તમને તમારી કઈ વાત ગમી નહીં ? - ---------------

સલાહ : રોજની નોંધ ઓછામાં ઓછા છ - આઠ મહિના રાખો. આનાથી તમારી નિરીક્ષણ શક્તિ ઘણી સુધરશે. આનાથી બીજા લોકો તમારા વિશે શું વિચારે છે તે જાણી શકાશે.

આજની તારીખ : --/--/--
(કૃપા કરી પેન્સિલથી લખો)

દિવસ ૭

મહાવરો સત્ર -૧

અત્યાર સુધીના તમામ પ્રકરણ તમે પૂરા વાંચ્યાં હશે તેવી મને આશા છે. પ્રત્યેક પ્રકરણના અંતે આપેલી સૂચનાનું પણ પાલન કર્યુ હશે તેવું હું ધારી લઉં છું. આમાં સૂચવાયેલી પદ્ધતિનો અમલ શરૂ કર્યો હશે અને તેનો આનંદ માણતાં હશો તેવું ધારું છું. આજે આપણે કેટલાક અખતરાઓનો ફરીથી પ્રયોગ કરશું. (આ અખતરા આપણે અગાઉ અજમાવેલા છે. પરંતુ તેનું પુનરાવર્તન કરવાથી તમારી યાદશક્તિ સુધરશે. આગળ વધીએ તે પહેલાં આ અધ્યયનની સૂચનાની અવગણના કરશો નહીં.) તમારી સમજદારી, શીખવાની અને તેને કેળવવાની ક્ષમતાની આકારણી માટે આ જરૂરી છે.

તમારા મનને કેટલીક ધારણાઓ કરવા દો

આ પ્રવૃત્તિથી તમારું મન જૂદી રીતે વિચારતું અને કામ કરતું થશે, જે અગાઉ થયું નહોતું. આ રીતે ક્રમશઃ વિચારશક્તિ વિસ્તૃત બનશે.

- આંખ બંધ કરીને રૂમમાં આંટા મારો અને ટેબલ, ખુરશી, લેમ્પ, ડાઈનિંગ ટેબલ, વચ્ચેનું ટેબલ, ફૂલદાની, પડદા, કબાટ, ટીવી, કોમ્પ્યુટર, મ્યુઝિક સિસ્ટમ વગેરેને હાથથી સ્પર્શીને ઓળખવાનો પ્રયાસ કરો.
- એક બોક્સમં પૈસા મૂકો અને તેને જૂદા જૂદા ઓળખવાનો પ્રયાસ કરો.
- બંધ આંખે સ્નાન કરો. તમામ પ્રવૃત્તિ ધારણા આધારે કરવી.
- બંધ આંખે તમારી થાળીમાં રાખેલી વાનગીઓને આંગળીના સ્પર્શ અથવા સુગંધથી પારખવાની કોશિશ કરો.

બીજા હાથના ઉપયોગનો ઉપાય

(નોંધ : તમે સામાન્ય પ્રવૃત્તિ જમણા હાથે કરતા હો તો પ્રવૃત્તિ ડાબા હાથને મુખ્ય હાથ ગણીને કરો અને તમે મોટા ભાગની પ્રવૃત્તિ ડાબા હાથથી કરતા હો તો જમણા હાથને મુખ્ય હાથ તરીકે વાપરી નીચે મુજબના કામ કરો.)

- બીજા હાથ વડે લુડોના ચોકઠાં, ટેબલ ટેનિસ રેકેટ, બેડમિન્ટન રેકેટ, કેરમ બોર્ડ સ્ટ્રાઈકર, ચેસ વગેરે પકડો અને રમો.
- ચમચી વડે ખાવ અથવા બીજા હાથથી લખો, ચિત્ર દોરો કે બ્રશથી રંગ કરો

આજની તારીખ : --/--/--
(કૃપા કરી પેન્સિલથી લખો)

અથવા સંગીત વગાડો.

- બીજા હાથ વડે ટેલિવિઝન, કોમ્પ્યુટર, લેપ-ટોપ, એરકન્ડિશનર, મ્યુઝિક સિસ્ટમ વગેરે ચાલુ કરો અને રિમોટ કંટ્રોલ સાધન પણ બીજા હાથથી વાપરો.
- બીજા હાથ વડે ફળ કે શાકભાજી ફોલો અને સુધારો. તે રીતે બીજા હાથથી ખોરાક રાંધો, વાસણ ધુઓ, બાગકામ કરો, છોડને પાણી પીવડાવો અથવા વાહનને ગ્રીસ લગાડો.
- તે જ રીતે બાઈસિકલ કે કોઈ બે પૈડાંના વાહન પર બેસતાં પહેલાં તમારી દિશા બદલો. વાહન શરૂ થાય તે પહેલાં આ કરવું જઈએ. તે જ રીતે, બીજા પગથી કીક મારવાનું શીખો.

વિચારસરણી બદલો

નીચે જણાવેલી પ્રવૃત્તિ વડે તમે એવી રીતે વિચારતાં અને કામ કરતાં થશો જે તમારી સામાન્ય જિંદગીથી જૂદા હોય. આવી પ્રવૃત્તિને સહ-પ્રવૃત્તિ કહેવાય છે. જેનો સંબંધ એક યા બીજી રીતે આપણા અભ્યાસની સાથે છે.

- જૂદા જૂદા કોયડા ઉકેલો. આ ગણિતના દાખલા, ક્રોસવર્ડ હોય, અંગ્રેજી અથવા તમારી પસંદગીની કોઈ પણ ભાષામાં શબ્દ ગોઠવણી હોય અથવા સામાન્ય જ્ઞાનના પ્રશ્નો હોય.
- નવો શોખ કેળવો. જેવો કે ચિત્રકળા, પેઈન્ટિંગ, આકૃતિ દોરવી, લેખ - કવિતા લખવા, સ્ટેમ્પ - સિક્કાનો સંગ્રહ કરવો અથવા નવી ભાષા શીખવી.
- છોડ અથવા ફૂલ, જંતુ, પક્ષી કે પશુનું નિરીક્ષણ કરવું અને તેમની રચનાથી લઈને અસ્તિત્વને લગતી જાણકારી એકઠી કરવી.
- ઊંધેથી ગણવાની પ્રવૃત્તિ ઘણી રસપ્રદ છે, જેમ કે ૧૦, ૯, ૮, ... ૧, ૦.
- શરૂઆતમાં આંકડાં જોઈને ઊંધેથી ગણો અને તે પછી લખેલું ગમે ત્યાં હોય ત્યાંથી જોયા વિના વારંવાર ગણવાનું રાખો. ધીરે ધીરે ગણવાની સંખ્યા વધારતા રહો, દા. ત. દસથી ઊંધી ગણતરી શરૂ કર્યા બાદ ૨૦થી, પછી ૩૦થી એમ ઊંધી ગણતરી વધારતા જાવ.
- તમને ગમતાં હોય તે એક્ટર કે મશહૂર વ્યક્તિની અદાકારી, વર્તણૂક કે સ્ટાઈલની નકલ કરો.
- બાસ્કેટ બોલ અથવા કોઈ પણ બોલને બંને હાથ જમીન પર અને હવામાં રાખીને બેટ અથવા રેકેટ સાથે જૂદી રીતે મારો.

સલાહ : તમને જે પ્રવૃત્તિ કરવામાં આનંદ આવ્યો હોય તેની સામે પેન્સિલથી નોંધ કરો. કોઈ પ્રવૃત્તિ તમે બરાબર કરી શક્યા ન હો તો તેની સામે ચોકડી મારો અથવા કોઈ નોંધ કરો.

***

દિવસ ૮

તમારી નિરીક્ષણ શક્તિ કેળવો ભાગ - ૩

આજે તમારી શીખવાની, યાદ રાખવાની અને યાદ કરવાની પ્રક્રિયાને સુધારવા માટે નીચે જણાવેલી પ્રવૃત્તિમાંથી કોઈ પણ એક કરો. બાકીની પ્રવૃત્તિ પાછળથી તમારી નિરીક્ષણ શક્તિ સુધારવા માટે કરવી.

- શરૂઆતમાં તમારા રુમમાં કરો. દિવાલની સામે રહી પાછળ જોયા વિના રુમમાં નાની મોટી જે પણ ચીજ વસ્તુ હોય તે લખો. તે લખવાનું પૂરું થાય એટલે તે ચીજોની સાથે સરખાવો.
- તમે કોઈ જાહેર ઓફિસ, પ્રદર્શન, મ્યુઝિયમ, મેળા, પ્રસંગમાં, હૉટેલ કે રેસ્ટોરૉમાં ગયા હો ત્યારે પણ વારંવાર આવી યાદી બનાવો. તે સ્થળના પ્રવેશ દ્વાર, જમીન, દિવાલ, છાપરા અથવા થાંભલા પરના સુશોભનની નોંધ કરો અને તેની સાથે તમારો અભિપ્રાય લખો. આ રીતે તમે જૂદા જૂદા સ્થળે જાવ ત્યારે લોકોની વિચાર પ્રક્રિયામાં રહેલા તફાવતને પારખી શકશો.
- તમે તમારા મિત્રને કે પાડોશીને મળવા જાવ ત્યારે પણ આ પ્રક્રિયા વારંવાર કરો. પાછા આવ્યા બાદ તમે તેમના ઘર, ચાલ અથવા અગાશીમાં જે જે જોયું હોય તેની યાદી ટપકાવી લો. આવું કરવાનો આશય તમારા નિરીક્ષણની ચોક્સાઈ તથા ઝડપ માપવાનો છે. તમે બીજી વાર જાવ ત્યારે લિસ્ટને સરખાવી જુઓ. તમારી ચોક્સાઈનું માપ કાઢો. હવે આ નોંધને ફાડી નાંખો, નાશ કરો અથવા ઘર માલિકને એવું કહીને સોંપી દો કે આવું કરવા પાછળ તમારો માત્ર શુભ ઈરાદો હતો.
- તેવી રીતે તમે કોઈ શહેર, નગર કે ગામડાંમાં જાવ અથવા વિદેશ યાત્રાએ

આજની તારીખ : --/--/--
(કૃપા કરી પેન્સિલથી લખો)

જાવ ત્યારે ત્યાંના રહેવાસીઓનું નિરીક્ષણ કરો. તેમના રીત-રિવાજ, જીવન કરણી, ભાષા અને ચલણ ઉપર ધ્યાન આપો. આવી કસરત દ્વારા તમારી નિરીક્ષણ શક્તિ સુધરશે, નવું શીખવા મળશે અને તમારી સ્મરણ શક્તિ સુધરશે.

સલાહ : આજના દિવસ માટે આ પૂરતું છે. શરૂઆતમાં આ નાનો અને સરળ પાઠ લાગે, પણ તેમાં સમય સારો વ્યતિત થશે. તમારી સારી શક્તિ વપરાશે અને ધ્યાન કેન્દ્રિત કરવાની જરૂર પડશે, એટલે અભ્યાસ કરતાં રહો.

દિવસ ૯

તમારી નિરીક્ષણ શક્તિનો વિકાસ કરો ભાગ- ૪

નીચે કેટલીક સામાન્ય પ્રવૃત્તિઓ જણાવી છે જે તમારી નિરીક્ષણ શક્તિનો ક્યાસ કાઢશે. આ પ્રવૃત્તિઓ કરવાથી તમે તમારી આસપાસ ઘટતી નાની નાની ઘટનાઓ પ્રત્યે પણ સભાન થઈ જશો.

- તમારા મકાનના,શાળાના,કોલેજના કે ઓફિસના દાદરામાં કેટલા પગથિયા છે અને આ દાદરા આગળ કઈ રીતે વધુ વિભાજીત થયેલાં છે?
- તમે જ્યાં પણ જાવ ત્યાં પગથિયાં પર ધ્યાન આપી તેમને ગણવાનું શુરુ કરો. આ તમને તમારા નિરીક્ષણ અને યાદશક્તિ વધારવામાં ઘણી મદદ કરશે.
- આખા દિવસ દરમ્યાન કેટલો સમય તમે કઈ કઈ વિવિધ દૈનિક પ્રવૃત્તિઓ માટે વાપર્યો તેની એક નોંધ તૈયાર કરો જેમ કે સવારે ઉઠવામાં, શાળાએ કે ઓફિસે જવામાં,મુસાફરીમાં,સર્જનાત્મક પ્રવૃત્તિઓમાં,આરામ કરવામાં કે ટીવી જોવામાં અને મિત્રો સાથે પસાર કરવામાં વગેરે
- તમારી આવકની તેમજ અન્ય સ્ત્રોતોમાંથી થતી કમાણીની એક નોંધ જાળવો. જરુરી તેમજ મનોરંજન માટે કરાતા ખર્ચની પણ એક યાદી તૈયાર કરો.
- નજીકના બસ સ્ટોપ, બગીચા અથવા સુપર માર્કેટ સુધી પહોંચવામાં ચાલીને જવામાં, તમારી બાઈસિકલ પર અથવા તો ગાડીમાં તમને સામાન્ય રીતે કેટલો સમય લાગે છે?
- તમે સાધારણ રીતે સ્કૂલ કે ઓફીસ જતી વખતે, રમવા અથવા તો બજાર

આજની તારીખ : --/--/--
(કૃપા કરી પેન્સિલથી લખો)

જતી વખતે અથવા તો કોઈ પાર્ટી કે પ્રસંગ માં હાજરી આપવા જતી વખતે તૈયાર થવા માટે કેટલો સમય લો છો ?

- ઉપર જણાવેલ આવી જ પ્રવૃતિઓ માટે ઘરના બીજા સભ્યો કેટલો સમય લે છે ?
- આંખ બંધ કરી તમે તમારા રૂમની કોઈક ચોક્કસ વસ્તુ, તમારા ઘરને, બગીચાના કોઈ પણ ચોક્કસ ઝાડ અને ફૂલને અડવાની કોશીશ કરો. જો જરૂરી લાગે તો બીજા કોઈકની નિર્ણાયક તરીકે અને તમારી જાતના રક્ષણ માટે મદદ લો.
- તમે જ્યારે ઉઠો, સ્કૂલ અથવા ઓફીસથી ઘરે પરત આવો, ઘરની બહાર, રમત ગમત અથવા કસરત કર્યા બાદ, રસોઈ અથવા બાગ કામ કર્યા બાદ, જમતા પહેલા અને પછી, પ્રાર્થના કે મનન કર્યા બાદ સાધારણ રીતે તમારા હૃદય ના ધબકારા તથા નાડીના વેગનું પ્રમાણ શું હોય છે.

સલાહ : શરૂઆતમાં ઉપર જણાવેલ બધીજ પ્રવૃતિઓ થોડી ઘણી વિચિત્ર અને ઢંગધડા વગરની જણાય છે અને નોંધ કરવી એ વધારે ઉપાધીરૂપ અને સમયના બગાડા સમાન જણાય છે. પરંતુ લાંબા ગાળે આ તમને અતિશય મદદરૂપ થશે.

ધીમે ધીમે જુદી જુદી પ્રવૃતિઓમાં જે સમય લાગે છે તેની તમારા મન દ્વારા અર્ધ જાગૃત ચેતના અવસ્થામાં નોંધ લેવાનાની શરૂઆત થશે. આને કારણે તમે તમારાના સમયનું આયોજન તથા વ્યવસ્થા વધુ કાર્યક્ષમતાથી કરી શકશો.

દિવસ ૧૦

તમારી કલ્પનાશક્તિ વિકસાવો ભાગ-૧

કલ્પના કરવી એટલે મનની એવી એક પ્રવૃત્તિ જેના દ્વારા અસ્તિત્વ ન હોય તેવા કશાક વિશે વિચારવું. અને આમાં કોઈક વસ્તુના મૂળ આકાર કે વપરાશ કરતાં નોખી રીતે નોખા સ્વરૂપે વિચારવાનો પણ સમાવેશ થઈ શકે છે. જો અર્ધજાગૃત મન સારી રીતે પોષણ પામેલું અને પરિપક્વ હશે તો કલ્પના શક્તિ પણ સારી હશે. અનાદિ કાળથી સારી કલ્પના શક્તિને પરીણામે આખા વિશ્વમાં અગણિત નવી શોધખોળો અને અન્ય સર્જનાત્મક કાર્યો થવા પામ્યાં છે. સારી કલ્પનાશક્તિ વ્યક્તિમાં અચરજકારક હિંમત અને ઘણી સારી માનસિક ઉર્જા કાર્યાન્વિત કરે છે.

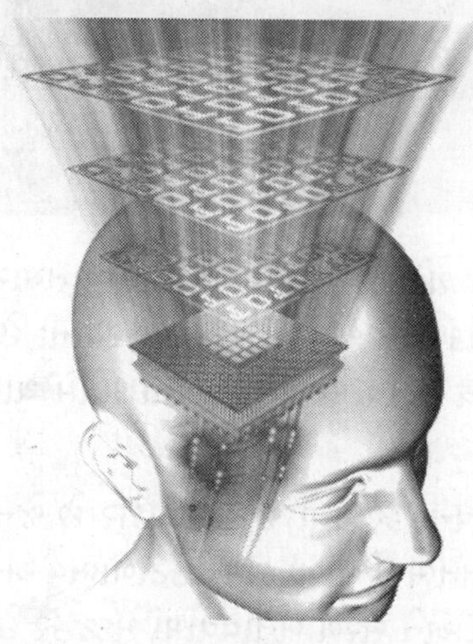

સારું નિરીક્ષણ સારી કલ્પનાશક્તિ માટે પાયા રૂપ છે જે વ્યક્તિને માનવજાત માટે ફાયદાકારક બની રહે તેવી સારી સેવા કરી શકવા અને પોતાના લક્ષ્યાંકો પાર પાડવામાં મદદ કરે છે.અહિ મેડિટેશન અર્ધજાગૃત મનને કોઈ પ્રશ્ન કે જરૂરિયાત સમયે યોગ્ય પરીણામ સુધી પહોંચવા માટે જરૂરી ખાતર પૂરુ પાડે છે.

એ બધાં લોકો જેઓ સારી નિરીક્ષણ શક્તિ ધરાવે છે કે જેમણે એ પોતાનામાં વિક્સાવી છે અને એથી આગળ વધી પોતાની કલ્પના શક્તિ પણ સુદ્રઢ બનાવી છે તેઓ ઘણી વાર નવા જ પ્રકારનાં ઉત્પાદનો શોધી કાઢવામાં કે નવી જ સેવાઓ પૂરી પાડવામાં સફળ થાય છે.પછી એ આરોગ્ય ક્ષેત્રે હોઈ શકે છે અથવા ઈન્ફોર્મેશન ટેક્નોલોજી ક્ષેત્રે કે પછી બાયોટેક,ટેલિકોમ્યુનિકેશન્સ,એન્જિનિયરિંગ,રમતગમત કે પછી સામાન્ય માલસામાન કે સેવાઓને લગતું ક્ષેત્ર હોય.

આજની તારીખ : --/--/--
(કૃપા કરી પેન્સિલથી લખો)

સારી સ્મરણ શક્તિ ધરાવતાં બધાં લોકો તેમની માનસિક ઉર્જાનો અસરકારક રીતે ઉપયોગ કરી જાણે છે.

તેઓ પોતાના લક્ષ્યાંકો પણ સારી રીતે મનની આંખે જોઈ શકે છે અને પહેલેથી જ તેમની એ સિદ્ધ કરવા માટેની તરકીબોનું આયોજન કરી શકે છે.આનાથી તેમને સતત પ્રેરણા મળતી રહે છે અને તેઓ કલાકોના કલાકો કે દિવસો સુધી એકધારુ કામ કરી શકે છે.તેઓ પોતાના ખાસ સંશોધનના ક્ષેત્રે જ્યાં સુધી ધાર્યા પરીણામ કે સુધારાઓ ન મેળવે ત્યાં સુધી પાછું વળીને જોતા નથી. કલ્પનાશક્તિ અને સર્જનાત્મક સૂઝ વગર નવા વિચારો જન્મવા અને પોતાના લક્ષ્યાંકો પ્રાપ્ત કરવા મુશ્કેલ બની રહે છે.

સારી કલ્પના શક્તિ અને ઉંડાણ પૂર્વક મનની આંખે જોઈ શકવાની તાકાતને લીધે ઘણાં લોકો પોતાના જીવનમાં ધાર્યા લક્ષ્યાંકો સિદ્ધ કરી શકે છે અને ધાર્યા મુકામે પહોંચી શકે છે.આ મુકામ શિક્ષણ ક્ષેત્રે, રમતગમત ક્ષેત્રે કે પછી તેમની મનગમતી નોકરી સ્વરુપે પણ હોઈ શકે છે.સફળતા આપોઆપ તમારા માર્ગે આવી ચડે છે.માત્ર તમારે પ્રમાણિકતા પૂર્વક અને ખંતથી મહેનત કરવાની છે. આવી પદ્ધતિઓને કારણે વ્યક્તિત્વ વિકાસ સાથે સંબંધોમાં પણ સુખની પ્રાપ્તિ થાય છે.

લક્ષ્યાંકોને મનની આંખે જોવા એ પણ કલ્પના કરવાનો જ એક પ્રકાર છે જેના દ્વારા તમે ધાર્યા પરીણામ મેળવી શકો છો.એ મહેનતભર્યા લાંબા કામને કંટાળાભર્યું અને થકવી દેનારું ન બનાવી દેતા રસભર્યું બનાવવામાં અને સરળ બનાવવામાં મદદ કરે છે. વ્યક્તિને પ્રેરણા પણ મળતી રહે છે.દાખલા તરીકે એક રમતવીર માટે,મહેનત,પ્રેક્ટીસ અને રમત પ્રત્યે તેની સમર્પિતતા સાથે જ પહેલું સ્થાન પ્રાપ્ત કરવાની કલ્પના તેની સફળતામાં અતિ મહત્વનો ભાગ ભજવે છે.

સફળતાની કલ્પના મનના અર્ધજાગૃત સ્તરે કામ કરે છે અને વ્યક્તિને અંદરથી વધારાની પ્રેરણા, હિંમત અને માનસિક તાકાત આપે છે. એ સામાન્ય વિચારધારાને તોડે છે અને તેને વિજયી બનાવે છે. આથી જ આપણે ઘણી વાર રમતગમત ક્ષેત્રે નવા

રેકોર્ડ્સ સર્જાતા હોવાનું કે અભ્યાસમાં વધુ સારા અને ઉંચા ટકા કે માર્ક્સ પ્રાપ્ત થયાનું અથવા સંશોધન ક્ષેત્રે સિદ્ધીના નવા શિખરો સર થયાનું સાંભળીએ છીએ.

કલ્પના અને મનની આંખે સફળતા જોવાનું એક નકારાત્મક પાસું પણ છે.પણ એ એવા લોકો માટે જ કે જેઓ દિવાસ્વપનોમાં રાચતા હોય અને ખરી દુનિયાના મૂળભૂત સત્યોને કે નરી વાસ્તિવકતાને નકારતા હોય.ઘણી વાર લોકો હજી સુધી પ્રાપ્ત ન થઈ હોય તેવી સફળતામાં અને તેને કારણે પ્રાપ્ત થઈ શકનારી ખ્યાતિમાં રાચવા માંડે છે.તેઓ પોતાને અન્યો કરતાં ઉંચા કે મહાન પણ સમજવા લાગે છે. આ તેમના હકારાત્મક અભિગમના વિકાસમાં ગંભીરપણે બાધા રૂપ બને છે.જો તેઓ નિર્ધારીત લક્ષ્યાંકો હાંસલ કરવામાં નિષ્ફળ રહે કે એમ કરવાની તક ચૂકી જાય તો આની તેમના જીવન પર વિનાશક અસર પડે છે.પણ આપણે ભૂલવું જોઇએ નહિ કે સફળતાને મનની આંખે જોવાની તરકીબ ત્યારે જ વધુ કારગત નિવડે છે જ્યારે કોઈ નિયમો,મર્યાદાઓ કે બંધનો ન હોય.આથી આ અંગે પણ ખૂબ સભાનતા રાખવી જોઇએ.

કલ્પના એ વિચાર કરવાની એક કુદરતી પદ્ધતિ છે.એ સતત ચાલતી પ્રક્રિયા છે જેમાં તમારે સહસા કંઈ પણ વિચારવા કે મનની આંખે જોવા માંડવાનુ હોય છે.

જ્યારે જ્યારે તમારા મગજમાં સારી વાતો કે સારી તરકીબો સૂઝી આવે,ત્યારે તમને સારી,સુખની અને હકારાત્મક લાગણી થાય છે.પણ જ્યારે તમારા મનમાં કોઈ ખરાબ કે નકારાત્મક વિચાર કે લાગણી આવે ત્યારે તમે એકલતા,ભય અથવા જીવન પ્રત્યે નિરાશા અનુભવવા માંડો છો.તમારા પહેલાનાં સારા વિચારો,અનુભવો અને સુખદ ક્ષણો સારી કલ્પનાશક્તિની ઈમારત ચણે છે અને આનું ઉલટું પણ એટલું જ સત્ય છે.સારી કલ્પનાશક્તિ સારા આયોજનમાં પણ પરિણમે છે.આ એક આપમેળે ચાલતી માનસિક પ્રક્રિયા છે.

કલ્પના કરવાની પ્રક્રિયા ઘણી વાર નિરર્થક કે વિચિત્ર ભાસે છે.આ એક વિચાર માત્ર કે વિચિત્ર અનુમાન છે.તેનો વાસ્તવિક તાર્કિક દુનિયા સાથે કોઈ સંબંધ નથી.પણ તે વાસ્તવિકતા પણ નથી.કલ્પના વ્યક્તિએ વ્યક્તિએ જુદી જુદી હોઈ શકે છે કારણ દરેક વ્યક્તિની વિચારવાની પોતાની આગવી રીત હોય છે.એક વ્યકતિના જીવનના અનુભવ,નિરીક્ષણ અને જાગૃત અને અર્ધજાગૃત સ્તરની યાદો પણ બીજી વ્યક્તિ કરતાં જુદા હોય છે.

આપણી જરુરિયાતો અને ઇચ્છઓ પણ અર્ધજાગૃત મનને જુદી રીતે વિચારવા કે ધારવા પ્રેરે છે.તમે કદાચ સાંભળ્યું જ હશે : જરુરિયાત શોધની માતા છે.હા,આ એક સત્ય છે.આપણી જરુરિયાતો વારેઘડીએ જુદી જુદી રીતે આપણને કાર્યો પૂર્ણ કરવા

પ્રેરે છે.એ આપણાં રોજબરોજના જીવનમાં પણ બનતું જ હોય છે.કોઈ પણ કામનો સમય અને બોજો ઘટાડવો એ માનવ સહજ સ્વભાવમાત્ર છે.આથી મન સતત કામને સરળ બનાવવાના નવા માર્ગો શોધતું જ રહે છે.અને ખરું બળ અંદરથી જ પેદા થાય છે જે આપણી કલ્પનાશક્તિને આભારી છે.

સર્જનાત્મક કૌશલ્ય ધરાવતા લોકો તેમની કલ્પનાઓને વ્યક્ત કરવા મોટે ભાગે ચિત્ર દોરતાં,રંગ પૂરતાં,લખતાં કે જુદી જુદી વસ્તુઓ બનાવતાં જોવા મળે છે.અને આ પ્રક્રિયામાં એ નવો વ્યક્ત થયેલ વિચાર કોઈ મહત્વની નવી શોધનું સ્વરૂપ લઈ શકે છે.દાખલા તરીકે શરૂઆતમાં કોઈ વ્યક્તિએ પંખીની જેમ પોતાની પાંખો વડે ઉડતા એક માણસનું ચિત્ર દોર્યું હોઈ શકે છે.પાછળથી રાઈટ બંધુઓએ આવા જ પ્રકારના વિચાર કે છાપથી પ્રેરાઈને અથાગ પરિશ્રમ અને પ્રયત્નો બાદ ઉડતા યંત્ર વિમાનને વિકસાવ્યું.આ માનવ ઈતિહાસની એક સૌથી મહાન શોધોમાંની એક શોધમાં પરીણમ્યું.

આવા તો બીજા અનેક ઉદાહરણો મળી આવશે.

આજે આપણે જે યાંત્રિક વિશ્વમાં જીવીએ છીએ અને જેના વગર આપણને જરાયે ચાલે એમ નથી તે આપણા રોજબરોજના કામકાજને સરળ બનાવવાની જરૂરિયાતમાંથી જ જનમ્યું છે.યંત્રોએ આપણા શારીરિક શ્રમને ધરખમ ઘટાડી નાંખ્યો છે અને આપણું જીવન અતિ આરામદાયી બનાવી દીધું છે.તેણે આપણો અતિ કિંમતી અને દબાણભર્યો સમય બચાવ્યો છે.

બીજા કેટલાક સામાન્ય ઉદાહરણો છે કપડા ધોવાનાં વોશિંગ મશીન્સ અને વાસણો સાફ કરવાનાં ડીશ વોશર્સ,આપણને હવાની લહેરખીનો અનુભવ કરાવતાં સીલીંગ કે ટેબલ ફેન્સ,આપણને ગરમીથી બચાવવા મકાન કે ઓરડાનુ ઉષ્ણતામાન બદલતાં એર કન્ડિશનર્સ,ઠંડી સામે રક્ષણ પૂરું પાડતા હીટર્સ,ફળોમાંથી રસ નિચોવી આપણને ઝડપથી જ્યુસ બનાવી આપતાં જ્યુસર્સ,થોડી જ ક્ષણોમાં ખાદ્ય પદાર્થોને નાના નાના ટુકડામાં ફેરવી નાંખતાં ગ્રાઈન્ડર્સ,ચક્કીમાં વપરાતી ઘંટી જે ઘઉંને લોટમાં દળી નાખે છે જેથી આપણે તેમાંથી રોટલી અને અન્ય ખાદ્યપદાર્થો બનાવી શકીએ છીએ વગેરે.હવે તમે પોતે તમારી આસપાસના જગતનું વિશ્લેષણ કરી શકો છો અને સારી કલ્પના શક્તિનું મહત્વ તમારી જાતે આંકી શકો છો.

એજ રીતે નીચેના ઉદાહરણો પણ કોઈકની કલ્પના શક્તિ કે સર્જનાત્મકતાનાં પરીણામ હોઈ શકે છે :

- મોટર કાર,બસ,ગાડી,હોડી,જહાજ અથવા વિમાન જે ઘણાં માણસોને એક જ ફેરામાં મુસાફરી કરાવે છે

- ડબલ-ડેકર બસ, ટ્રેન થવા વિમાન જેની વહન ક્ષમતા ઘણી વધારે છે
- લોકોને અવકાશમાં લઈ જનાર રોકેટ
- શહેરમાં અન્ય ટ્રાફીક સાથે દોડતી મેટ્રો ટ્રેન
- ટાઈમ પંચિંગ મશીન્સ વડે પોતાની અનુકૂળતા મુજબ કોઈ ઓફિસ કે કારખાનામાં શિફ્ટ્સમાં થતું કામ
- પ્રાણીબાગ જ્યાં આપણે જંગલમાં જ જોઈ શકાય તેવા મહાકાય કે ખતરનાક પ્રાણીઓને સુરક્ષિતતાથી જોઈ શકીએ છીએ
- રસોડામાં વપરાતાં માચીસ,સ્ટવ લાઈટર અથવા મીણબત્તી વગેરે
- પેન્સિલ, રબર , સંચો, બોલપેન કે ઇન્કપેન વગેરે લખવા માટે વપરાતા સહેલાઈથી વાપરી શકાય તેવાં સાધનો
- શાળામાં વપરાતાં બ્લેકબોર્ડ અને ચોક
- આપણું મનોરંજન કરતાં ટી.વી. કે રેડિયો
- ખાદ્ય પદાર્થોને મૂકવા અને ઠંડા તાપમાને જાળવી રાખવા વપરાતાં રેફ્રિજરેટર
- રેડિયો, ટી.વી. કે ઇન્ટરનેટ દ્વારા જોજનો દૂર ચાલી રહેલા કોઈક કાર્યક્રમ કે રમતની મેચનું જીવંત પ્રસારણ
- ઈથેનોલના મિશ્રણ, શેરડીના બાય-પ્રોડક્ટ અને તેને પેટ્રોલ સાથે ભેળવી બનાવાતાં આવા અન્ય નવીનીકરણક્ષમ ઉર્જા સ્ત્રોતો વગેરે વગેરે

સલાહ : આજના દિવસમાં આ પ્રકરણ ઓછામાં ઓછા ત્રણથી ચાર વાર વાંચો. જેટલી વધારે વાર વાંચશો એટલું વધારે સારું. આની તમારા મન પર કલ્પનાશક્તિ સંદર્ભે ઉંડી અસર પડશે. એ તમને આ સ્મરણશક્તિ સુધારવાના કાર્યક્રમ દરમ્યાન તમારો આત્મવિશ્વાસ વધારવામાં પણ ખૂબ મદદ કરશે.

***

દિવસ ૧૧

તમારી કલ્પનાશક્તિ વિકસાવો ભાગ-૨

તમારી કલ્પનાશક્તિ નો વિકાસ આમ તો એક જટિલ બાબત છે પણ નીચેના ઉદાહરણ તમને જુદી જ રીતે તમારી આસપાસના વિશ્વને જોવામાં, તેના વિશે વિચારવામાં, અને તેનું ઝીણવટથી વિશ્લેષણ કરવામાં મદદરૂપ થશે. શરૂઆતમાં આ બધું તમને વિચિત્ર, રમુજી અને સંપૂર્ણપણે બેવકૂફી ભરેલું લાગશે, પરંતુ જેમ હું અગાઉ પણ કહી ચૂક્યો છું તેમ આ માત્ર બીજી રીતે વિચારવાનો એક માર્ગ છે અથવા એક વિચિત્ર અનુમાન છે.. કોને ખબર એક દિવસ તમારામાંનું કોઈ કદાચ તેમાંથી કંઈક ઉપયોગી,રસપ્રદ કે મનોરંજક સર્જી નાંખે!

- પુરુષો માટે :- તમારી આસપાસના એક માણસ વિશે વિચારો જે સંપૂર્ણપણે સંસ્કારી હોય અને સારો પહેરવેશ પહેરતો હોય. સારી આદતો ધરાવતો હોય અને પોતાના પરિવારની સારસંભાળ અને જવાબદારી સારી રીતે નિભાવતો હોય. હવે કલ્પના કરો કે ધીમે ધીમે તમે તેની સારી આદતો અપનાવો છો અને વધુ આત્મવિશ્વાસ અનુભવો છો
- મહિલાઓ માટે :- એ જ રીતે એક મહિલા વિશે વિચારો જે તમારા મતે આદર્શ હોય. જે પોતાના પરિવારની સાર સંભાળ સારી રીતે રાખતી હોય અને પોતાની તથા પોતાના ઘરની સાચવણી સારી રીતે રાખતી હોય. હવે કલ્પના કરો કે તમે પણ ખૂબસુરત છો, તમને સારો પહેરવેશ પહેરવાની સમજણ છે અને બીજાઓ તમારા માટે આદરભાવ ધરાવે છે.
- એક દિવસ જયારે તમે અતિશય થાક અનુભવતા હોવ, ચિંતિત હોવ કે નિરાશ હોવ, તમારા કોઈ પ્રિય ચલચિત્ર અથવા તો કોઈ રમત વિશે વિચારો અથવા કોઈ વૈજ્ઞાનિક કે પછી એક સફળ વેપારી વિશે વિચારો. હવે તમે પોતે પણ એટલાં જ આત્મવિશ્વાસ ધરાવતા,સુખી અને સંતુષ્ટ છો એવી કલ્પના કરો.અચાનક તમે જાણે હકારાત્મક ઉર્જાથી ઘેરાયેલી તાકાતનો એક ધોધ તમારી આંસપાસ ચોમેર અનુભવશો
- કોઈક મનપસંદ ગીત માટે કે બાળપણમાં શિખેલ બાળકવિતા માટે કોઈક વાજિંત્ર

આજની તારીખ : --/--/--
(કૃપા કરી પેન્સિલથી લખો)

પર એક નવી ધૂનની કલ્પના કરો અને સર્જો.

- તમારી રીતે તમે એક નવી વાનગી બનાવો અથવા કોઈક જાણીતી વાનગીને તમારી કલ્પનાશક્તિને આધારે નવી રીતે તૈયાર કરો. તમે કદાચ અતીતમાં માણેલી કોઈક વાનગીના સ્વાદની પણ કલ્પના કરો.
- તમે એવા વાહનની કલ્પના કરો જે હવાના દબાણ, દરિયાનું ખારું પાણી, અથવા તો બીજા કોઈ પણ પ્રવાહીથી આંશિક રીતે અથવા સંપૂર્ણ રીતે ચાલી શકતું હોય.
- એક ગાડી જે રસ્તા પર ચાલે, આકાશમાં ઉડે અથવા તો પાણીમાં તરે.
- એક એવા અવકાશયાનની કલ્પના કરો કે જે ભવિષ્યમાં વધારે યાત્રીઓને ઓછા સમય માં ચંદ્ર પર લાવી-લઈ જઈ શકે.
- તમારા વાહનના એન્જીનની ગરમીથી રસ્તા પરના બરફને સાફ કરવાની કલ્પના કરો.
- નવા પ્રકારના સુરક્ષા કવચ બનાવવાનું વિચારો જે વધુ મોટાં હોય અને વજનમાં વધુ હલકાં હોય જેનાથી કુદરતી આફતો સમયે વધુ વ્યક્તિઓના જીવ બચાવી શકાય.
- મોબાઈલ ફોન, ટેલિવિઝનના રિમોટ કંટ્રોલના ઉપકરણ અથવા તેમની બેટરીનાં નવા ઉપયોગ વિકસાવવાનો વિચાર કરો.
- વપરાઈ ગયેલા,ફાટેલા તૂટેલા કપડાં,જૂતા કે અન્ય કાગળ કે લાકડામાંથી બનેલી વસ્તુઓનું રી-સાઈકલિંગ કરવાની નવી નવી રીતો વિશે વિચારો.
- ઉર્જાનાં સ્રોતોનાં લઘુત્તમ ઉપયોગ અને તેના વપરાશની પ્રક્રિયામાં ઓછા બગાડ વિષે વિચારો. વગેરે વગેરે...

કોઈક વાર તમારી કલ્પનાશક્તિના આધારે કંઈક નોખું સર્જવાં તમારે કોઈ મૂર્ખામીભરયા માર્ગે પણ કામ કરવું પડી શકે છે! માત્ર કામ કરવાની શરૂઆત કરો અને તમારું મન તમને આગળ માર્ગદર્શન આપશે.

સાવધાન : તમારે કુદરતની વિરુદ્ધમાં હોય અથવા કોઈ પણ પ્રકારે વનસ્પતિ કે પ્રાણીઓને હાનિ પહોંચાડે એવું કંઈ પણ વિચારવું જોઇએ નહિ. એ તમારા દેશ કે સમાજના કાયદાની વિરુદ્ધમાં પણ હોવું જોઇએ નહિ. એ તમારી કલ્પના શક્તિની નકારાત્મક બાજુ હશે.

દિવસ ૧૨

તમારી નિર્ણય શક્તિ સુધારો

નિર્ણયો એટલે ઇચ્છિત હેતુઓ પરિપૂર્ણ કરવા માટે કાર્ય શરુ કરવા માટે મનને પહોંચાડવામાં આવતા આદેશો. નિર્ણયો આપણા જીવનના એક અભિન્ન ભાગરૂપ છે. આપણું મન કંઈક વિચારવા, કામ કરવા કે આગળ વધવા અવારનવાર અનેક નિર્ણયો લે છે.

કેટલાક નિર્ણયો ત્વરીત હોય છે. આવા નિર્ણયો રોજિંદા જીવનમાં સવારે જાગીએ તે ક્ષણથી જ લેવાવાના શરુ થઇ જાય છે. આ નિર્ણયો - તે દિવસના પહેરવેશની પસંદગી, ચોક્કસ નાસ્તો, પરિવહનની પદ્ધતિ , મુસાફરી કરતા કરતા ચોક્કસ મિત્રો અથવા ગ્રાહકોને કરવાના ફોન, તાજગીસભર રહેવા ચા, કોફી કે ઠંડા પીણાંની પસંદગી અંગેના હોઈ શકે. આપણે આપણા ધ્યાન બહાર અનંત નિર્ણયો લઈએ છીએ. આવા નિર્ણયો મન દ્વારા આપમેળે લેવાય છે અને તે ઉપર કામ પણ થાય છે.

કેટલાક નિર્ણયો ટૂંકા ગાળા માટે લેવામાં આવે છે. એ જ પ્રમાણે કેટલાક નિર્ણયો મધ્યમ ગાળા માટે અને કેટલાક લાંબા ગાળા માટે લેવામાં આવે છે. ટૂંકા ગાળાના નિર્ણયો - હાલમાં ચાલી રહેલા અભ્યાસ સાથે મદદરૂપ થાય તેવો કોઈ ટૂંકો ઝડપી કોર્સ કરવા સંબંધિત, આગામી રજાઓ માટે પ્રવાસનું સ્થળ નક્કી કરવા સંબંધિત, આગામી મહીને વર્ષગાંઠની, લગ્નગાંઠની કે બેચલર પાર્ટીની ગોઠવણ કરવા સંબંધિત હોઈ શકે છે

આજની તારીખ : --/--/--
(કૃપા કરી પેન્સિલથી લખો)

મધ્યમ ગાળાના નિર્ણયો - શોખને લાગતો કોર્સ લેવા સંબંધિત, નોકરી બદલવા સંબંધિત,

નવી સોંપણી સ્વીકારવા સંબંધિત અથવા વર્તમાન નોકરીમાં બઢતી માટે નોકરીની સાથે સાથે મેનેજમેન્ટ કાર્યક્રમમાં જોડવા સંબંધિત, તમારા ઘરના નવીનીકરણ કે એક્ષ્ટેન્શન સંબંધિત વગેરે હોઈ શકે.

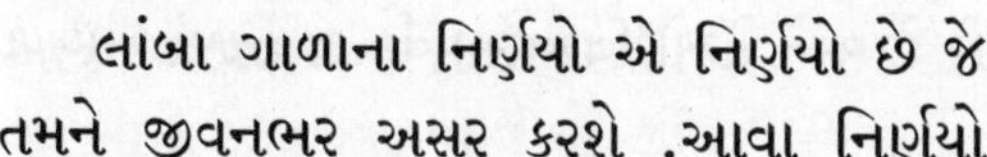

લાંબા ગાળાના નિર્ણયો એ નિર્ણયો છે જે તમને જીવનભર અસર કરશે .આવા નિર્ણયો તમારા અભ્યાસનો પ્રવાહ (જેમ કે - આર્ટસ, કોમર્સ, મેડીકલ, એન્જીનીઅરીંગ) પસંદ કરવા અંગેનો , તમારી આજીવિકા માટે રસ (જેમ કે - ગાયન, અભિનય, લેખન) પસંદ કરવા અંગેનો કે પછી તમારા દેશના લોકોની સેવા કરવા ચૂંટણી લડવા અંગેનો , અમુક અન્ય રાજ્ય અથવા અન્ય દેશમાં કાયમી ધોરણે સ્થળાંતર કરવા અંગેનો અથવા તમારા લગ્ન માટે યોગ્ય જીવન સાથી પસંદકરવા અંગેનો હોઈ શકે.

દરેક વ્યક્તિ માટે નિર્ણય લેવાણી પ્રક્રિયા સરળ નથી. ઘણી વખત, લોકોને અનેક શંકાઓનો (ઘણા જો અને તોનો) સામનો કરવો પડે છે. પરિણામે તેઓ સંપૂર્ણપણે ગૂંચવાઈ જાય છે, નાસીપાસ થઇ જાય છે અને

કયો નિર્ણય લેવો તેમના માટે સૌથી યોગ્ય છે તે સમજી શકતા નથી. ઉદાહરણ તરીકે,

- જો મને આજે સુતરાઉ કપડાં પહેરીને સાનુકૂળ નહીં લાગે તો શું ?
- જો હું આજે ઓફિસમાં મારી ગાડી લઇ જઈ શકત તો વધુ સારું થાત..
- જો કે હું મારી જાતે પરીક્ષા માટે તૈયારી કરું છું પરંતુ કોચિંગ લીધું હોત તો લાભદાયી થાત.
- જો બપોરના ભોજન સમય પહેલાં એક કપ.કોફી લેવાને બદલે મેં થોડો. ટોમેટો સૂપ લીધો હોત તો મને વધુ સારું લાગત
- જો મેં સૂતાં પહેલાં સ્નાન કર્યું હોત તો હું વધુ સારી રીતે સુઈ શકત પણ કદાચ મને શરદી પણ થઇ જાત
- જો મેં સ્નાતક થયા બાદ કાયદાનો અભ્યાસ પણ કર્યો હોત તો વધુ સારું થાત.
- જો મને યોગ્ય નોકરી અથવા કામ ન મળી શકે છે તો હું બીજા દેશમાં કેવી રીતે ટકી શકીશ? વગેરે..

એવા તમામ તે લોકો જેમણે બાળપણથી જ તેઓના મનને વિકસાવ્યું છે અને તાલીમ આપી છે તેઓ આવા મુદ્દાઓ ખૂબ આસાનીથી ઉકેલવામાં વધુ સક્ષમ છે. પરિણામે ભવિષ્યમાં તેમની સફળતા માટેનો માર્ગ મોકળો થાય છે કારણ કે તેઓ અબીજા લોકોની જેમ સહેલાઈથી અટકી જતા નથી.. તેઓ હિંમતથી તેમના ધ્યેયો પૂર્ણ કરવા તરફ આગળ વધે છે.

શંકા લોકોને ખૂબ જ ખરાબ રીતે નિરુત્સાહિત કરે છે અને તેમના જીવન પર વિનાશક અસર પહોચાડે છે. ગત અનુભવો અને તેમના મનની હોશિયારી લોકોને તેમની શંકાઓ સામે લડવામાં મદદ કરે છે અને તેઓ વિશ્વાસપૂર્વક જીવનમાં આગળ વધી શકે છે.

આત્મવિશ્વાસ એ આ દિશામાં એક હકારાત્મક પગલું છે. ઉચ્ચ સ્થાનો ધરાવતા લોકો અને અન્ય અધિકૃત હોદ્દાઓ સંભાળતા લોકોમાં વધુ આત્મવિશ્વાસ તેમજ ઉચ્ચ બૌદ્ધિક સ્તર જોવા મળે છે. કારણ કે આવા લોકો દ્વારા લેવામાં આવતા નિર્ણયો તેમની કંપનીના ઘણા લોકોને તેમના સમાજને કે વ્યાપક દ્રષ્ટિએ જોઈએ તો તેમના સમગ્ર રાષ્ટ્રને અસર કરશે માટે બુદ્ધિમત્તા વધારવી જોઈએ અને બૌદ્ધિક સ્તર સુધારવું / ઊંચું લાવવું જોઈએ જેથી તમે તમારા નિર્ણયો વધુ ઝડપથી અને ચોકસાઈથી લઇ શકો.. એક વખત લેવામાં આવેલો વધુ વિલંબ અથવા શંકા વિના ત્વરિત અમલી બનાવવો જોઈએ નહિં તો, નિર્ણય પાછળનો જરૂરી પરિણામો લાવવાનો હેતુ માર્યો જશે / નિષ્ફળ જશે.

તમારી નિર્ણય ક્ષમતા સુધારવા માટે પદ્ધતિઓ:

- હંમેશા તમારી પાસે ચાલુ વર્ષની તારીખોવાળું એક નાનું નોટપેડ અથવા પોકેટ ડાયરી રાખો
- હવે, કાળજીપૂર્વક વિચાર કર્યા પછી, ડાયરી પર મુદ્રિત તારીખો મુજબ તમારે કરવાના કામ અને બાકી રહેલી સોંપણીઓ તમારી સુવિધા અને ઉપલબ્ધ સમય અનુસાર નોંધો
- એકવાર ચોક્કસ તારીખે ઉલ્લેખ કર્યા પછી એ કામ આળસ અથવા મૂડ સ્વિંગ જેવા કોઈ પણ કારણોસર કોઈ પણ પ્રકારના વિલંબ વગર હાથ ધરાવું જોઈએ
- કોઈ પણ નિર્ણય લેતા પહેલાં, તમારે તમારા ઉદ્દેશની યોગ્ય ખાતરી કરવી જ જોઈએ આમ કરશો તો જ કામ શરુ થશે અને તેનો યોગ્ય રીતે અમલ થઇ શકશે
- જ્યાં જરૂરી હોય ત્યાં હંમેશા લેવી એક વ્યાવસાયિક વકીલ, ચાર્ટર્ડ

એકાઉન્ટન્ટ કે ડૉક્ટરની સલાહ અને સેવાઓ ભાડે લો.

- ઉપરોક્ત વ્યાવસાયિક મદદ ઉપરાંત, તમારા પોતાના જ્ઞાન માટે અન્ય સ્ત્રોતોમાંથી માહિતી મેળવી તમારે તમારી જાતને સજ્જ કરવી જોઈએ તે વધુ અસરકારક રીતે નિર્ણયો લેવામાં તમને મદદ કરશે.
- નવા નિર્ણયો લેવા માટે તમારા પહેલાંના નિર્ણયો અને અનુભવોનો સંદર્ભ લો. શક્ય છે કે તમે તમારી નબળાઈઓ અને ખામીઓના ક્ષેત્રમાં અગાઉ સામનો કર્યો હોય તે જ પ્રકારની સમસ્યાઓનો સામનો કરી રહ્યા હો..
- એક અલગ દ્રષ્ટિકોણથી સમસ્યા ઉકેલવાનો અને તેનું વિશ્લેષણ કરવાનો પ્રયત્ન કરો. આવો અભિગમ પણ અદભૂત કામ કરે છે.
- પ્રથમ, તમને સ્વસ્થતાપૂર્વક તમને મૂંઝવતી સમસ્યાને તેના વાસ્તવિક અર્થમાં સમજવા પ્રયત્ન કરો તે પછી જ તેનો ઉકેલ શોધવાનું કામ કરો.
- સમસ્યાનું વિશ્લેષણ કરી તેનો હલ શોધવા માટે મૌખિક અભિગમ કરતા લેખિત અભિગમ વધુ સારો છે. દરેક વસ્તુ માટે અલગ સૂચિ તૈયાર કરો. જેમ કે ઉપલબ્ધ વસ્તુઓ માટે અને ખૂટતી વસ્તુઓ માટે, વગેરે. આમ કરવાથી તમારા મનમાં કોઇ પણ પ્રકારનો બિનજરૂરી બોજ રહેશે નહીં.

સાવચેતીઓ :

- ક્યારેય ઉતાવળે નિર્ણય ન લેવા.
- નિર્ણયો લેતી વખતે વિશ્રામ પણ એક વરદાન સાબિત થાય છે. ક્યારેક કેટલાક સમય માટે નિર્ણય કરવાનું ટાળીએ તો તે પણ ખૂબ ઉપયોગી થાય છે.
- ક્યારેય સમયની અછત કારણે નિર્ણયો લેવા નહીં.
- ક્યારેય તમને અન્ય લોકો દ્વારા દબાણ કરવામાં આવી રહયું હોય ત્યારે નિર્ણયો લેવા નહીં.
- ક્યારેય સંબંધિત વિષયના દરેક અને દરેક પાસાનું વિશ્લેષણ કર્યા વિના નિર્ણયો લેવા નહીં
- ક્યારેય.નશાની સ્થિતિમાં નિર્ણયો લેવા નહીં.
- ક્યારેય તમે થાકેલા હો, ચિંતિત હો અથવા તમને ઊંઘ આવતી હોય ત્યારે નિર્ણયો લેવા નહીં.
- ક્યારેય તમે અન્ય કોઈ કામમાં ખૂબ જ વ્યસ્ત હો અથવા બીજા સાથે વાતચીત કરતા હો ત્યારે નિર્ણયો લેવા નહીં.

તમારા નિર્ણયો માત્ર તમને જ ફળદાયી બને એટલું પુરતું નથી, તમારા નિર્ણયો તમે જે સમાજમાં રહો છો તે સમાજને પણ સ્વીકાર્ય હોવા જોઇએ તમારા નિર્ણયો ક્યારેય જનસામાન્યના / સામાન્ય માણસના હિતને અવળી અસર પહોચાડે તેવા ન હોવા જોઈએ નહિ તો ભવિષ્યમાં ગમે ત્યારે ચોક્કસપણે તેની નકારાત્મક અસરો તમારી ઉપર અને તમારા પરિવાર ઉપર પણ પડ્યા વિના નહીં રહે.તેથી બધી બાબતોનો વિચાર કરી, પુરતો સમય ગાળી, બુદ્ધિપૂર્વક નિર્ણયો લો.

સલાહઃ આ પ્રકરણ આજે દિવસ દરમિયાન ઓછામાં ઓછું ત્રણથી ચાર વખત વાંચો.

દિ
વ
સ
૧૩

તમારી એકાગ્રતા વધારો ભાગ - ૧

'એકાગ્રતા' એટલે તમારી બધી શકિત અને પ્રયત્નોને કોઇ પણ પ્રકારના વિક્ષેપ અથવા ખલેલ વગર કોઈક કાર્ય પૂર્ણ કરવા સમર્પિત કરવા.એકાગ્રતા વિષય વસ્તુને સારી સમજીને ઓછા સમયમાં ઝડપથી શીખવામાં મદદ કરે છે. દૃઢ સંકલ્પની સાથે એકાગ્રતા પણ હોય તો તે આપણા મનને માહિતીનો સંગ્રહ કરવા અને પછીથી તે માહિતી યાદ કરવાની દિશામાં વધુ સારી રીતે કામ કરવામાં મદદ કરે છે.

આ દુનિયામાં વસતાં અન્ય તમામ પ્રકારના જીવોમાં માનવ મન સૌથી વધુ શક્તિશાળી અંગ છે.તે મહાન શક્તિ ધરાવે છે અને તેમાં ઘણી ક્ષમતાઓ છુપાયેલી છે.આપણું મન દર સેકંડે ઘણા કાર્યો હાથ ધરે છે. તેની શક્તિ અમાપ છે. તેથી જ્યારે મન એક જ કાર્ય પર કેન્દ્રિત હોય છે ત્યારે તે આશ્ચર્યજનક પરિણામો આપી શકે છે. બધા મહાન વિદ્વાનો, વૈજ્ઞાનિકો અને અન્ય સફળ લોકો તેમના કાર્યો ખૂબ ઉત્સાહ, દૃઢ નિર્ણય, અને સૌથી અગત્યનું, એકાગ્રતા સાથે હાથ ધરે છે.

આજની તારીખ : --/--/--
(કૃપા કરી પેન્સિલથી લખો)

તમારી એકાગ્રતા અને ધ્યાન વધારવાની પદ્ધતિઓઃ

- જ્યારે તમે બેઠા હો કે એકલા અથવા કતારમાં ઉભા હો ત્યારે તમારી આંખો બંધ કરી ધીમેથી ઊંડા શ્વાસ લો અને ધીમેથી શ્વાસ છોડો. આ ક્રિયાનું ૫-૧૦ વખત પુનરાવર્તન કરો. આ ક્રિયા હંમેશા તમને શાંત કરવામાં અને તમારું મન કેન્દ્રિત કરવામાં મદદ કરશે
- તમે દિવસ દરમ્યાન આ પ્રવૃત્તિ અનેક વખત હાથ ધરી શકો છો . આ ક્રિયાથી તમારા મનને થોડો આરામ મળશે અને તેને વધુ સારી રીતે કામ કરવામાં મદદ મળશે
- શક્ય હોય ત્યારે એક સમયે માત્ર એક જ પ્રવૃત્તિ હાથ પર લો. તમારા કામ એક પછી એક પૂરાં કરો.
- હાથ પર લીધેલા કામ પરથી તમારા મનને હઠવા ન દો. તે કામ પૂરું કરો ત્યાર બાદ જ બીજી વસ્તુઓ પર ધ્યાન આપો.
- અભ્યાસ કરતી વખતે હંમેશા સ્થિર ટેબલ અને ખુરશી ઉપયોગ કરો. આને લીધે તમારી એકાગ્રતા વધારવા અને કોઈપણ પ્રકારના વિક્ષેપ ટાળવા માટે મદદ મળે છે
- હંમેશા સારી ગુણવત્તાવાળી લેખનસામગ્રી વાપરો. આમ કરવાથી કામમાં ખલેલ પડવાની શક્યતા ઘટશે અને તમે તમારા કામ પર વધુ સારી રીતે ધ્યાન કેન્દ્રિત કરી શકશો
- વિષય વસ્તુની સારી સમજણ અને વિષયમાં રુચિ કેળવવાથી પણ એકાગ્રતા સુધારવામાં મદદ મળે છે, અને એથી ઊલટું એકાગ્રતા વધારવાથી વિષય વસ્તુની સારી સમજણ મળે છે અને વિષયમાં રુચિ કેળવાય છે.
- તમને જે વિષય અથવા કામ કંટાળાજનક લાગતા હોય અથવા જેમાં ઓછો રસ પડતો હોય તેમાં રુચિ કેળવવા માટે તમારી પોતાની રીતે કોઈક યુક્તિ શોધો તમારા વરિષ્ઠની અને તે ક્ષેત્રમાં સફળ અન્ય લોકોની મદદ અને માર્ગદર્શન લો.
- હંમેશા સુઘડ અને સ્વચ્છ કપડાં પહેરો આમ કરવાથી તમને આરામદાયક લાગે છે અને તમે તમારા કામ પર વધુ સારી રીતે ધ્યાન કેન્દ્રિત કરી શકો છો.
- બની શકે ત્યાં સુધી દિવસ દરમિયાન ૨ અથવા ૩ ભારે ભોજન લેવાને બદલે હંમેશા ૪-૫ વખત હળવું ભોજન લો. આમ કરવાથી મહત્તમ આરોગ્ય તો સુનિશ્ચિત થાય છે જ પરંતુ વધુ સારી એકાગ્રતા પણ કેળવાય છે.

- ખૂબ જ, તૈલી મસાલેદાર, ઠંડા ખોરાક અથવા ફાસ્ટફૂડ ટાળવાનો પ્રયાસ કરો. આવા બિનઆરોગ્યપ્રદ ખોરાકને પરિણામે તમે સુસ્તી અનુભવો છો જે અનેક વિક્ષેપોમાં પરિણમે છે.
- મોટા ભાગનો સમય ઘરમાં રાંધેલા ખોરાક પસંદ કરો . અને જ્યારે ખોરાક ગરમ પીરસવામાં આવે ત્યારે જમો. આમ કરવાથી ખોરાકનું સારું પાચન થાય છે, સારું સ્વાસ્થ્ય અને સારી એકાગ્રતા કેળવાય છે.
- નિયમિત સ્નાન કરવાથી પણ શારીરિક અને માનસિક તાજગી અનુભવાય છે.તે મનને હળવું અને શાંત કરવામાં મદદ કરે છે અને સારી રીતે ધ્યાન કેન્દ્રિત કરવામાં મદદ કરે છે.
- મોટા ભાગના સમય માટે કુદરતી પ્રકાશ વાપરો.લાંબા સમય માટે કૃત્રિમ પ્રકાશનો ઉપયોગ કરવાથી મન પર વધારે બોજો આવે છે અને એકાગ્રતા ભંગ થાય છે.
- તમારી ઊંઘના કલાકોને મામલે સમાધાન ક્યારેય ન કરો . તેના બદલે રમતગમત, મનોરંજન, મુસાફરી, પાર્ટ ટાઇમ કામ અથવા તો તમારા અભ્યાસ પાછળ ગળાતો સમય ઘટાડો. પૂરતી ઊંઘ મનને જરૂરી આરામઆપે છે. પરિણામે તમારી એકાગ્રતા વધે છે અને તમે વધુ સારી રીતે યાદ રાખી શકો છો.
- બાકી રહેલ કામ અને સોંપણીઓ મન માટે મોટા બોજ અને વિક્ષેપ છે. તેથી, તમારા સમય પત્રક મુજબ તમારા કામ પૂરા કરવા પ્રયત્ન કરો
- ઘણી વખત ઘણા અનુભવે છે કે જ્યારે કોઈ કામ ખાસ રીતે કરવામાં આવે છે અથવા તેને વધારે મહત્વ આપવામાં આવે છે, ત્યારે વધુ હકારાત્મક અને પ્રોત્સાહક પરિણામો જોવા મળે છે. તેથી, તમે જેને માટે જવાબદાર છો તે લગભગ તમામ કાર્યો સાથે એક ખાસ હેતુ જોડો.
- જીવન તરફ એક સરળ અને હકારાત્મક અભિગમ અપનાવી તેને અનુસરો. કારણ, બેઈમાની મનને માટે સૌથી વધુ ખલેલ પહોંચાડતી લાગણી છે. આ અભિગમ તમને તમારી ખરાબ ટેવો નિયંત્રિત કરવા માટે અને તમારી અન્ય કોઈ ખામીઓ હોય તો તેની પર કાબુ મેળવવામાં મદદરૂપ થશે.
- આપણે આપણા મનને જે મનાવીએ અથવા તેને જે પ્રમાણેના સંકેત આપીએ તે પ્રમાણે આપણું મન માને છે. તેથી,કોઈ પણ કાર્યની શરૂઆત કરતા પહેલા તમે શાંત અને સ્વસ્થ હો તેમ અનુભવો અને અનુરૂપ વર્તન કરશો તો મન સોંપાયેલા કાર્ય પર વધુ સારી રીતે ધ્યાન કેન્દ્રિત કરી શકશે.
- કોઈપણ નવું કામ શરૂ કરવા માટે યોગ્ય સમય અને વાતાવરણ પસંદ કરવા

માટે પ્રયત્ન કરો. એક સારી શરુઆત સારી પ્રગતિની ખાતરીરુપ છે. દિવસ દરમિયાન અનુકૂળ અને યોગ્ય સમય પ્રત્યેક વ્યક્તિ માટે અલગ અલગ હોઈ શકે. કેટલાક લોકો વહેલી સવારનો સમય પસંદ કરે છે જ્યારે કેટલાક લોકો મોડી સાંજના કલાકો પસંદ કરે છે. સમયની પસંદગી તમે કરવા માંગતા હો તે પ્રવૃત્તિના પ્રકાર પર પણ આધાર રાખે છે

સલાહ: આ પ્રકરણ દિવસ દરમિયાન ઓછામાં ઓછું ત્રણથી ચાર વખત વાંચો.

***

દિવસ ૧૪

તમારી એકાગ્રતા સુધારો ભાગ - ૨

નીચેના ઉદાહરણો તમને એકાગ્રતાનો ખ્યાલ અને તેનું મહત્વ વધુ સારી રીતે સમજવામાં મદદ કરશે આપણા મનપસંદ કલાકારને ચમકાવતી સારી ફિલ્મ જોયા બાદ આપણને માત્ર વાર્તા અને પ્રસંગો જ નહીં સંવાદો પણ ઘણા લાંબા સમય સુધી યાદ હોય છે. કારણ આપણે આપણું સમગ્ર ધ્યાન ફિલ્મમાં કેન્દ્રિત કર્યું હતું, પૂરી એકાગ્રતાથી ફિલ્મ જોઈ હતી.. એ જ રીતે, આપણી મનગમતી રમત રમતા હોઈએ ત્યારે આપણે સામાન્ય રીતે રમતમાં જીતીએ છીએ, કારણ કે આપણે પૂરી એકાગ્રતાથી રમત રમતા હતા બંને કિસ્સાઓમાં, આપણું મન નાનામાં નાની વિગતો પણ ધ્યાનથી નોંધે છે પરિણામે સારી રીતે યાદ રહે છે અને સફળતા મળે છે.

તમારી એકાગ્રતા વધારવા અને ધ્યાન કેન્દ્રિત કરવા માટે વ્યાયામઃ

આજની તારીખ : --/--/--
(કૃપા કરી પેન્સિલથી લખો)

- ધ્યાન : દુનિયાભરમાં વિવિધ રીતે ધ્યાન કરવામાં આવે છે. અહીં આપણે સૌથી

વધુ યોગ્ય, ફક્ત બે રીતોની ચર્ચા કરીશુ તમે બે રીતે ધ્યાન કરી શકો - તમારી આંખો બંધ રાખીને તેમ જ તમારી આંખો ખુલ્લી રાખીને

- ખુલ્લી આંખો સાથે ધ્યાનઃ બેસીને અથવા સ્થિર ઊભા રહીને તમારાથી ૨-૩ મીટર દૂરહોય તેવી કોઈ નિશ્ચિત વસ્તુ પર તમારી આંખો કેન્દ્રિત કરો. આ વસ્તુ કોઈ વોલ-હેન્ગીંગ, પેઈન્ટીગ, અથવા ફોટો હોઇ શકે, નાના ચલણી સિક્કના કદનું કાળું ટપકું, દીવો અથવા પ્રકાશિત મીણબત્તી હોઈ શકે. મોટે ભાગે કાળા ટપકાની કે પ્રકાશિત મીણબત્તીની પસંદગી કરવી.
- આંખો બંધ રાખીને ધ્યાનઃ પલાંઠી વાળીને ટટ્ટાર બેસો ધીમેથી ઊંડો શ્વાસ લો. ધીમેથી શ્વાસ છોડો ગ સાથે હજુ પણ અને સીધા બેસો. આ છોડો. આ ક્રિયાનું ૩-૫ વખત પુનરાવર્તન કરો. સ્થિર,શાંત અને નિષ્ક્રિય બેસી રહો.આ સમય દરમ્યાન વાતચીત ન કરો, કોઈ પણ કામ ન કરો અથવા કોઈ પણ વસ્તુનો વિચાર ન કરો.
- માત્ર શાંતિપૂર્વક, નિષ્ક્રિય બેસી રહો. કોઈ પણ વસ્તુ પર ધ્યાન કેન્દ્રિત કરવા પ્રયાસ ન કરો. તમારી અંદર માત્ર અંધકાર અને શાંતિ છે. તેથી, સ્થિર બેસી રહો. શાંતિને અનુભવો અને માણો હવે તમે જે લોકો પોતાની અંદર શાંતિ શોધી શક્યા છે તેવા થોડાક લોકોમાંના એક છો અને તમે તમારી જાત સાથે જોડાયેલા છો.
- મોટે ભાગે જ્યાં ઓછામાં ઓછી અથવા બિલકુલ ખલેલ ન હોય તેવી, શાંત જગ્યાએ ધ્યાન કરો. ખાસ કરીને આ અભ્યાસના પ્રારંભિક દિવસોમાં મહત્વનું છે. કોઈક પ્રકારનો અવાજ થાય તો તેનાથી ખલેલ ન અનુભવો અથવા વિચલિત ન થાઓ. તમારા ધ્યાનની સાથોસાથ, આ અવાજને માણવાનો અને તેને ગ્રહણ કરવાનો પ્રયાસ કરો. તેને તમારા મનમાંથી પસાર થઇ જવા દો. તેને તમારા મનમાં પ્રવેશતો રોકવાનો પ્રયત્ન ક્યારેય કરશો નહિં. કારણ કે એમ કરવાથી માત્ર તમને ખલેલ પહોંચશે. તેથી, તમારા મનમાંથી તે અવાજને પસાર થવા દેવો એ જ વધુ સારું છે.આ રીતે તમે તમારી જાતને વધુ હળવી અને સ્વસ્થ રાખી શકશો અને શાશ્વત આનંદ માટેનો માર્ગ મોકળો કરી શકશો
- અગાઉના તબક્કાની તાલીમ લીધા પછી, હવે તમે તમારા મનને ગમે ત્યાં ધ્યાન ધરવા માટેની તાલીમ આપી છે - બસમાં કે ટ્રેઈનમાં, મુસાફરી કરતાં કે બસ સ્ટોપ અથવા સ્ટેશન પર રાહ જોતાં,રેસ્ટોરાંમાં, દરિયાકિનારે, નદીકિનારે અથવા બગીચામાં. તમે મોજાના અવાજ અને નજીકના એક ધોધ

પર ધ્યાન કેન્દ્રિત કરી શકો અથવા કુદરતી સૌન્દર્યથી ઘેરાયેલા રહી શકો.

- તમારા સ્થાન અને સગવડ મુજબ તમારી આંખો અને મન કોઈક ચોક્કસ સ્થિર વસ્તુ (જે હાલતી નથી) પર કેન્દ્રિત કરો.તેના બે મોટા ફાયદા છે. એક, તમે તમારા અવકાશના સમયનો ધ્યાન કરવામાં ઉપયોગ કરી તમારી એકાગ્રતા વધારી રહ્યા છો. અને બીજું,તમે તમારી જાતને કંટાળાથી બચાવો છો. એકલતા તમને નકારાત્મક વિચારો કરવા પ્રેરી શકે છે ઉપરાંત તમે કોઈ એવી પ્રવૃત્તિમાં જોતરાઈ શકો જે તમારે માટે હાનિકારક સાબિત થઇ શકે. જેમ કે તમે ધૂમ્રપાન કરવા, કોઈની સામે એકધાર્યું જોયા કરવા, અતિશય ખાવા કે કોઇની સાથે બિનજરૂરી લાંબી વાતચીત (ચેટિંગ) કરવા પ્રેરાઓ

- ધ્યાન એ મનને આરામ આપવાની એક પદ્ધતિ છે. અહીં તમે સક્રિય વિચારમાં, આયોજન કરવામાં અથવા અમુક કાર્ય કરવામાં સંકળાયેલા મનનુ જોડાણ કાપવા પ્રયાસ કરી રહ્યા છો. ધીમે ધીમે, માત્ર રોજિંદા ૧૦ - ૧૫ મિનિટના નિયમિત અભ્યાસથી તમારું મન સક્રિય વિચાર અને કામમાંથી પોતાને સ્વિચ ઓફ કરવા માટે ટેવાઈ જશે અને રાહત અને હળવાશની લાગણી અનુભવશે આપમેળે ધ્યાન માટે ફાળવતો સમય વધતો જશે. તે કિસ્સામાં, તમે એલાર્મ નો ઉપયોગ કરી શકો છો, જે તમને દર ૨૦, ૩૦ અથવા ૪૫ મિનિટ પછી એલાર્મ કરે.

સલાહઃ આ પ્રકરણ દિવસ દરમિયાન ઓછામાં ઓછું ત્રણ થી ચાર વખત વાંચો. ધ્યાન કેન્દ્રિત કરવાનો હમણાં જ પ્રારંભ કરો.

***

દિ
વ
સ
૧૫

મહાવરો સત્ર - ૨

સફળતા અને અજમાયશ પદ્ધતિ દ્વારા શીખવું :
આપણે અગાઉ ચર્ચા કરી છે તે મુજબ શીખવાની આ એક બીજી સામાન્ય પદ્ધતિ છે અહીં તમે સતત સમસ્યા ઉકેલતા રહેશો અને તે દરમ્યાન જ તમે શીખશો તમે વારંવાર નવા વિચારો અને નવી યુક્તિઓ જૂની અને નવી રીતે અજમાવતા રહો છો. તમે જેમ જેમ વધુ અભ્યાસ કરશો તેમ તેમ તમે વધુ સારી રીતે સમસ્યા ઉકેલી શકશો ઉપરાંત,અભ્યાસ કઈ રીતે કરવો અને દરેક આગામી પ્રયાસ સાથે વધુ કઈ રીતે જાણવું તે પણ તમે શીખી શકશો

<u>કસોટી ૧</u> : એક ચાવીની રિંગમાં તમારા ઘરમાં વપરાતી બધી ચાવીનું ઝુમખુ તૈયાર કરો તમારા ઘરના શક્ય હોય તે તમામ દરવાજા,ખાનાંઓ વગેરેને તાળા મારી દો. હવે, તમામ દરવાજા અને ખાનાંઓ એક પછી એક ખોલો તમારી ઘડિયાળ ની મદદથી એક ડાયરી માં લેવાયેલ કુલ સમયની નોંધ કરો.દર અઠવાડિયે એક વખત આ પ્રવૃત્તિ ફરીથી કરો.

<u>કસોટી ૨</u> : તમારા ઘરમાં, કાર્યાલયમાં અથવા નજીકના સમુદાય કેન્દ્રમાં ઓછામાં ઓછી ૧૫-૨૦ કે તેથી વધુ સ્વીચોવાળું સ્વીચ બોર્ડ શોધો સૌ પ્રથમ, તમામ સ્વીચો સાથે સંકળાયેલ તમામ સંબંધિત જોડાણો જાણી લો. હવે તમામ સ્વીચો બંધ કરો. એક મિનિટ માટે તમારી આંખો બંધ કરો,૩ વખત ઊંડો શ્વાસ લો અને છોડો તમારા મનને શાંત કરો . હવે,તમારી આંખો ખોલો અને સ્વીચો ઓન કરો.એક ડાયરીમાં તમામ સાચા અને ખોટા પ્રયાસોની નોંધ કરો. દર અઠવાડિયે એક વખત આ પ્રવૃત્તિ ફરી કરો.

ઉપરની બંને કસોટીઓમાં તમારા દેખાવનું મૂલ્યાંકન કરો અને તે દિવસે તમારા સારા પ્રદર્શન માટેના કારણો અને નબળા પ્રદર્શન માટેના કારણોનો ઉલ્લેખ કરો.દરેક મહિનાના બાદ થતા સુધારાઓનું અવલોકન કરો.

આજની તારીખ : --/--/--
(કૃપા કરી પેન્સિલથી લખો)

તમારું અવલોકન તપાસો :

નીચેના ઉદાહરણોની મદદથી પ્રથમ પ્રયાસમાં તમારું અવલોકન તપાસો અને તેનું મૂલ્યાંકન કરો. નીચેના વાક્યોમાંથી માત્ર એક વાક્ય સાચુ છે. સાચું વાક્ય શોધો અને તેની સામે ઝાંખી પેન્સિલથી નિશાની કરો. બીજા વાક્યોમાંની ભૂલો પણ શોધો . તમારી જાતે આટલું કાર્ય બાદ તમારા માતાપિતા, શિક્ષકો કે અન્ય કોઇ વડીલ વ્યક્તિ દ્વારા તપાસાવડાવો.

ઉદાહરણ ૧: A. HONESTY IS THE BEST POLICY.

B. HONESTY IS THE BEST POLICY

C. HONESTY IS THE BEST POLICY

D. ONESTY IS THE BEST POLECY

ઉદાહરણ ૨ : A. EARLY TO BED EARLY TO RISE MAKES A MAN HEALTHYY, WEALTHY AND WISE.

B. ERLY TOO BED ERLY TO RISE MAKE A MAN HELTHY, WELTHY AND WISE.

C. EARLY TO BAD EARLY TO RIS MAKES MAN HEELTHY, WEELTHY AND WIS.

D. ARLY TO BED ARLY TO RISE MAKS A MAN HEALTHY, WELLTHY AND WYSE.

ઉદાહરણ ૩: અગાઉ તૈયાર કરેલી યાદી તપાસો અને તેમાં નવા ઉમેરા કરો

જાસૂસી વાર્તાઓ, નવલકથાઓ અથવા ફિલ્મો / અથવા સંશોધન સાથે સંબંધિત

ક્રમાંક	વાંચેલી/જોયેલી	વાંચવાનું/જોવાનું આયોજન કરેલી
૧		શેર્લોક હોમ્સ
૨		હાર્ડી બોય્ઝ
૩		નેન્સી ડ્રયુ
૪		બાય આલ્ફ્રેડહિચકોક

૫ ઘી ઓલ્ડ ફોક્સ

૬ પ્રોજેક્ટ

૭ સ્ટાર ટ્રેક

જેમ્સ બોન્ડ મુવીઝ

ડિસકવરી ચેનલ

એનિમલ પ્લેનેટ

વગેરે વગેરે

ગુન્હાશોધક કામ ગુન્હાના સ્થળની, ગુન્હાની પ્રવૃત્તિઓની અને તે ઘટના સાથે સંકળાયેલ લોકોની લાગણીઓની ઝીણામાં ઝીણી વિગતોના નિરીક્ષણ પર આધારિત હોય છે

એ જ રીતે, સંશોધન અને શોધખોળ અંગેની પરિયોજનાઓ પણ સંશોધનના કામના ક્રમ અને પ્રગતિને લગતી નાનામાં નાની વિગતો દર્શાવે છે. દુનિયાભરમાં થઈ રહેલ સંશોધનો અને શોધખોળો વિશે જાણકારી હાંસલ કરવાનું શરુ કરો. આ સંશોધનો અને શોધખોળો સાથે સંકળાયેલ જૂથ દ્વારા અપનાવાયેલી વિવિધ ટેકનિકો જાણવા અને શીખવાનો પ્રયત્ન કરો.

આમ કરવાથી તમને તમારી અવલોકન / નિરીક્ષણ કરવાની, શીખવાની અને યાદ રાખવાની પ્રક્રિયામાં ઘણી તાલીમ મળશે તે ઉપરાંત તમે તમારા રોજિંદા જીવન તરફના અભિગમમાં પણ વધુ સાવધાની વર્તતા થશો.

તદુપરાંત , તમારા મિત્રો, સાથીઓ અથવા નજીકના પુસ્તકોની દુકાન પાસેથી તેઓની પાસે ઉપલબ્ધ જાસૂસી વાર્તાઓ, પુસ્તકો અથવા નવલકથાઓ વિશે અને તેઓની પાસે ઉપલબ્ધ સંશોધન અને શોધખોળ સાથે સંબંધિત અન્ય સામગ્રી વિશે પૂછપરછ કરો. શરુઆતમાં, આવા પ્રકારના પુસ્તકો પરત આપવાના ધોરણે ઉછીનાં લઇ વાંચવાનો પ્રયત્ન કરો.

એ જ રીતે, ટીવી શ્રેણી અથવા ચેનલો વિશે પૂછપરછ કરો.

અવલોકન સુધારવાના અન્ય રસ્તાઓ :

નીચેની પ્રવૃત્તિઓમાંથી એક પછી એક કોઈ પણ એક પ્રવૃત્તિ હાથમાં લો. તે તમને તમારા શિક્ષણની, યાદ રાખવાની અને યાદ કરવાની પ્રક્રિયામાં મદદ કરશે

- સૌથી પહેલા તમારા પોતાના રૂમથી આ શરુ કરો. કોઈ પણ એક ખાલી દીવાલ અથવા કોઈ પણ દીવાલ તરફ મ્હોં રાખી રૂમમાંની વસ્તુઓ સામે પાછળ ફરીને જોયા વિના રૂમમાંની નાની કે મોટી બધી વસ્તુઓના ન ામ લખવાનું શરુ કરો. હવે, જ્યારે લખવાનું પૂરું થાય ત્યારે રૂમમાંની તમામ વસ્તુઓ સાથે તમે લખેલી વસ્તુઓ તપાસો. દર મહિને આ પ્રવૃત્તિનું પુનરાવર્તન કરો.
- તમે કોઈ જાહેર ઓફિસ, પ્રદર્શન, સંગ્રહાલયો, મેળા, હોટલો અને રેસ્ટોરન્ટ્સ, વગેરેની મુલાકાત લો ત્યારે ઉપરોક્ત પ્રવૃત્તિ હાથ ધરો. ધીમે ધીમે તમે જે વિવિધ સ્થળોની મુલાકાત લીધી તે તે સ્થળોએ લોકોની વિચારસરણીના તફાવત તમારી જાણમાં આવશે આ ખાસ કરીને અવારનવાર પ્રવાસે જનારા માટે ઉપયોગી છે.
- તમે તમારા મિત્રની તમારી કે પાડોશમાં કોઈની મુલાકાત લો ત્યારે આ પ્રવૃત્તિ હાથ ધરો.
- પાછા ફર્યા બાદ, તમે તેમના ઘર, રૂમ પરસાળ અથવા અગાશીમાં જે કઈ જોયું હોય તે નોંધો. હવે તમે તેમની ફરી વાર મુલાકાત લો ત્યારે તમારી યાદી તપાસો. તમારી જાતે તમારી ચોકસાઈ તપાસો
- તમારી ઈમારત, તમારી શાળા, કૉલેજ કે તમારા કામના સ્થાનની સીડીમાં કેટલા પગથિયાં છે તે ગણો.
- તમે જ્યાં જાઓ ત્યાં કેટલા પગથિયાં છે તે ધ્યાનમાં લેવાનું અને ગણવાનું શરુ કરી શકો છો. આમ કરવાથી તમારું અવલોકન અને તમારી યાદ રાખવાની કુશળતા વધારવામાં ખૂબ મદદ થશે.
- જો તમે ચાલતા જતા હો, તમારા પોતાના વાહન દ્વારા જતા હો અથવા જાહેર પરિવહન સેવાનો ઉપયોગ કરીને જતા હો તો સૌથી નજીકના બસ સ્ટોપ, ઉદ્યાન અથવા સુપરમાર્કેટ સુધી પહોંચવા માટે લેવાતો સામાન્ય સમય કેટલો છે.
- તમે તમારી શાળાએ અથવા કાર્યાલયમાં, રમવા, બજારમાં અથવા પાર્ટીમાં કે અન્ય કાર્યક્રમમાં હાજરી આપવા જઈ રહ્યા હો ત્યારે તૈયાર થતા સામાન્ય રીતે કેટલો સમય લો છો
- એ જ રીતે, પરિવારમાં અન્ય સભ્યો ઉપર બતાવેલ તમામ પ્રવૃત્તિઓ માટે કેટલો સમય લે છે

- તમે જ્યારે સવારે ઉઠો ત્યારે, શાળાએથી કે કાર્યાલયથી પાછા ફરો ત્યારે, મેદાનની રમતા રમ્યા પછી કે કસરત કર્યા પછી, રસોઈ અથવા બાગકામ કર્યા પછી, ભોજન પહેલાં અને ભોજન પછી, પ્રાર્થના કે ધ્યાન પછી, વગેરે સમયે તમારા હૃદયના ધબકારા અથવા નાડીનો દર સામાન્ય રીતે શું હોય છે

> સલાહઃ તમે તમારા સમયની ઉપલબ્ધતા મુજબ પ્રવૃત્તિઓ પેટા વિભાજિત કરી શકો. આવી પ્રવૃતિઓનો હેતુ તમારી યાદશક્તિ વધારવાનો છે પરંતુ સાથે સાથે આ પ્રવૃત્તિઓથી તમારા દૈનિક સમયપત્રકમાં વિક્ષેપ ન પડવો જોઈએ.

દિ
વ
સ
૧૬

સ્મરણશક્તિ શું છે?

મગજનું એક અતિ મહત્વનું કાર્ય છે સ્મરણ જેના વગર આપણું અસ્તિત્વ મુશ્કેલીમાં મુકાઈ જઈ શકે છે.તેના મુખ્યત્વે ત્રણ પેટા કાર્યો છે.માહિતી જાણવી કે શિખવી,યાદ રાખવી અને યાદ કરવી.આ ત્રણે કાર્યો એક સાથે એક બીજાની આગળ પાછળ ચાલે છે.ચાલો સમજીએ કે આ બધું કઈ રીતે થાય છે.

આપણું મગજ સતત આપણી આસપાસ ચાલી રહેલી દરેકે દરેક પ્રવૃત્તિની નોંધ કરે છે.એ વાંચવા,લખવા,જોવા,અનુભવવા,સૂંઘવા,સાંભળવા કે વાતચીત વગેરે દ્વારા હોઈ શકે છે.

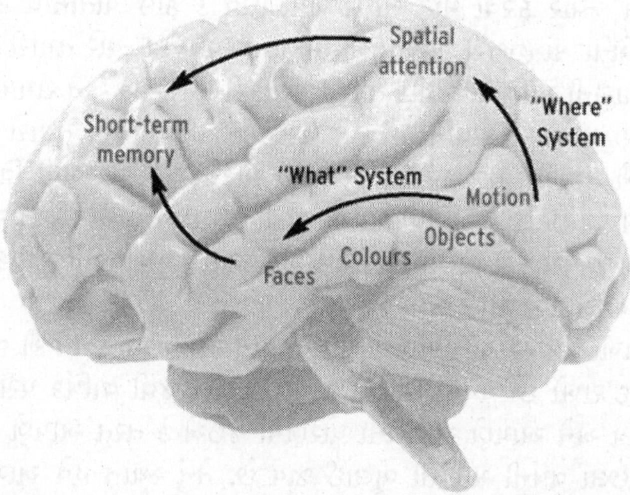

જ્યારે કોઈક પ્રવૃત્તિ શરૂ થાય છે,તેના પર મગજનું ધ્યાન જાય છે અને તેની એક છાપ મગજ પર પડી જાય છે અને આમ શિખવાની કે જાણવાની પ્રક્રિયા થાય છે.જ્યારે એ પ્રવૃત્તિ કે ઘટના પાછી થાય છે અથવા તે મગજમાં સંગ્રહાઈ જાય છે ત્યારે તેને યાદ રાખવું કે જાળવી રાખવું કહેવાય છે.આ કુદરતી પ્રક્રિયા છે અને છેલ્લે,જ્યારે આવી

આજની તારીખ : --/--/--
(કૃપા કરી પેન્સિલથી લખો)

કોઈ સંગ્રહાયેલી માહિતીની જરૂર પડે છે ત્યારે મગજ દ્વારા યાદ કરવાની પ્રક્રિયા કાર્યાન્વિત થાય છે.

કોઈ પણ માહિતીનો સંગ્રહ હંગામી અથવા ટૂંકા ગાળા માટે અને કાયમી અથવા લાંબા ગાળા માટે હોઈ શકે છે.તેને અનુક્રમે ટૂંકા ગાળાની સ્મૃતિ અથવા લાંબા ગાળાની સ્મૃતિ કહે છે.ચાલો હવે આ બંને પ્રકારની સ્મરણશક્તિના લક્ષણો વિશે જરા વધુ વિસ્તારથી સમજીએ.

ટૂંકા ગાળાની સ્મૃતિ

એવી માહિતી જે મગજ દ્વારા માત્ર થોડી મિનિટો થી માંડીને થોડા દિવસો અને હજી આગળ વધી થોડા મહિના સુધી જ જળવાય છે તેને ટૂંકા ગાળાની સ્મૃતિ કહે છે.મોટે ભાગે આપણે શરૂઆતથી જ જાણતા હોઈએ છીએ કે જરૂરી માહિતી ટૂંકા ગાળા માટે જ વપરાશે.આથી જ્યારે આવી કોઈ ઘટના બને અથવા જેવો હેતુ સિદ્ધ થઈ જાય કે મગજ આપોઆપ બધી વસ્તુઓ ધીમે ધીમે ભૂલવા લાગે છે અને નવી વસ્તુઓ મગજ ગ્રહણ કરવા લાગે છે.

ટૂંકા ગાળાની સ્મૃતિના ઉદાહરણોઃ

- તમે જ્યારે ફરવા માટે બહાર ગયા હોવ કે કોઈ પ્રતિનિધિ સાથે એકાદ સેમિનારમાં હાજરી આપવા બહાર ગામ ગયા હોવ ત્યારે તમારી મુસાફરી કે ઉતારાની માહિતી. જેવીકે તમારી મુસાફરીની તારીખ અને સમય, તમે જેના દ્વારા મુસાફરી કરવાના હોવ તે બસ, ટ્રેન કે વિમાનનો તમારો સીટ નંબર અને તમારી પાછા ફરવાની મુસાફરી માટેની પણ આ બધી વિગતો. અને તમે જે હોટલ કે અતિથી ગૃહમાં રહેવાના હોવ તેનું નામ અને રૂમ નંબર.
- આ જ મુસાફરી દરમ્યાન જો તમે એક કરતાં વધુ શહેરની મુલાકાત લેવાના હોવ તો ફરી આજ બધી વિગતો
- આખા વર્ષ દરમ્યાન ભણેલા વિષયો અને અભ્યાસક્રમ તમે એ વર્ષ સુધી જ યાદ રાખો છો,મનમાં જાળવી રાખો છો.પણ જેવી વાર્ષિક પરીક્ષાઓ પૂરી થાય અને આપણે આગળના ધોરણમાં જઈએ કે તરત આપણે ભણેલી એ પાછલા વર્ષની માહિતી ભૂલાઈ જાય છે. તેનું સ્થાન હવે આગળના નવા વર્ષના અભ્યાસક્રમની માહિતી લઈ લે છે. માત્ર ફોર્મ્યુલા,પદ્ધતિઓ અને તરકીબો એની એ રહે છે.
- જ્યારે આપણે કોઈક ચોક્કસ પ્રોજેક્ટ કે અસાઈનમેન્ટ પર કામ કરતા હોઈએ ત્યારે મગજ એ પ્રોજેક્ટને અસરકારક રીતે ચલાવવા માટે મહત્વના શબ્દો,શરતો અને દિશાસૂચનો શિખે છે અને યાદ રાખે છે.પણ જેવો એ

પ્રોજેક્ટ પૂરો થાય કે ધીમે ધીમે આપણું મગજ સમય જતાં એ બધી વિગતો ભૂલવા લાગે છે.અને ફરી એની જગા નવા અસાઈનમેન્ટની વિગતો લઈ લે છે.

લાંબા ગાળાની સ્મૃતિ

એવી માહિતી જે મગજ દ્વારા લાંબા સમય સુધી જળવાય છે જે થોડા વર્ષોથી માંડીને વ્યક્તિના આખા જીવન સુધીનો સમયગાળો હોઈ શકે છે તેને લાંબા ગાળાની સ્મૃતિ કહે છે.સામાન્ય રીતે આપણાં અભ્યાસના વર્ષો દરમ્યાન કે વ્યવસાયિક ક્ષેત્રે કામ કરતી વખતે શિખેલા સૂત્રો અને તરકીબો આવી સ્મૃતિ છે.

આપણાં વિચારવાની રીત અને જીવન પ્રત્યેના અભિગમ પ્રમાણે આપણે અર્ધજાગૃત મનને આપણને મળતી માહિતીના મહત્વ વિષે સતત નિર્દેશો આપતા હોઇએ છીએ અને એ મુજબ આપણું મગજ એ બધી વસ્તુઓ લાંબા સમય સુધી યાદ રાખતું હોય છે.આવી બધી વસ્તુઓ એક વાર શિખાઈ ગયા બાદ જીવનમાં ઘણી વાર ઉપયોગમાં લઈ શકાય છે.

લાંબા ગાળાની સ્મૃતિના ઉદાહરણો:

- ગણિતના સૂત્રો,વ્યાકરણ,કોઈ પણ ભાષાના ચિહ્નો અને કાળ,વૈજ્ઞાનિક નિયમો અને ભૌતિક તેમજ રસાયણ શાસ્ત્રના સિદ્ધાંતો વગેરે
- તમારા નજીકના મિત્રો અને સ્નેહીઓની વર્ષગાંઠ, લગ્ન તિથી વગેરે યાદ રાખવી.આ સારા સંબંધો જાળવી રાખવામાં પણ ખૂબ મદદ કરે છે.
- તમારી જાતે શિખીને કે બીજાઓનું નિરીક્ષણ કરીને ઘર વપરાશની ચીજવસ્તુઓની મરામત અથવા તમારા વાહનને લગતાં નાનકડા પ્રશ્નોનો ઉકેલ લાવવો.આ કામો રસોડામાં જ્યુસર કે ગ્રાઈન્ડરની બ્લેડ્સ બદલવા જેવા સરળ કામ પણ હોઈ શકે છે કે ઘરમાં ઇલેક્ટ્રીક ફ્યુસ બદલવો,પ્લગ કે સ્વિચનો ઢીલો વાયર ચુસ્ત કરવો,ઇલેક્ટ્રીક ઇસ્ત્રીના તૂટેલા વાયરનું સોલ્ડરીંગ,બાઈક કે કારના પંક્ચર્ડ ટાયર બદલવા વગેરે પણ હોઈ શકે છે.
- સરળ વસ્તુઓથી શરૂઆત કરીને ખોરાક રાંધતા શિખવું.જેમકે ચા કે કોફી બનાવવા પાણી કે દૂધ ઉકાળવું અને પછી ધીમે ધીમે ઇચ્છિત વાનગી

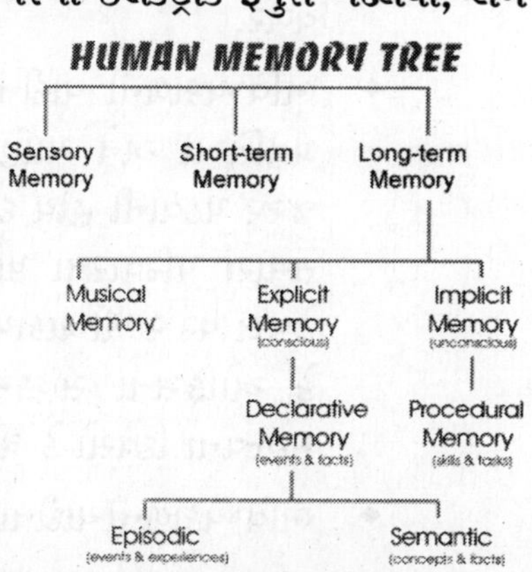

કે પીણું બનાવવા અન્ય પદાર્થો ઉમેરવા.બટર ટોસ્ટ,સેન્ડવિચ અને ઓમલેટ સામાન્ય રીતે વિશ્વભરમાં ખવાતો પ્રખ્યાત સવારનો નાસ્તો છે.

- સારી રીતભાત,શિષ્ટાચાર અને વર્તન શિખવા એ પણ આપણાં દૈનિક જીવનનો અતિ મહત્વનો ભાગ છે.આ બધું સારી નિરીક્ષણ શક્તિથી શિખી શકાય છે અને તે જીવનભર કામ લાગે છે.

દિવસની કસરતોઃ

- ઉપર જે બધું કહેવાયું છે તે બરાબર સમજી લો,મહેરબાની કરીને બે જુદી જુદી યાદી તૈયાર કરો.એક ભૂતકાળ માટે અને એક ભવિષ્યકાળ માટે.
- હવે આ બંને યાદીઓને બે-બે પેટા વિભાગમાં વહેંચો અને તેમને 'ટૂંકા ગાળાની' અને 'લાંબા ગાળાની' એવા નામ આપો.
    - ભૂતકાળની યાદીના લાંબા ગાળા વિભાગમાં બધી જ ઘટનાઓ,પ્રવૃત્તિઓ અને માહિતી લખો જે તમને તમારા બાળપણ કે કિશોરાવસ્થાના દિવસોમાંથી યાદ હોય દા.ત.તમારો શાળામાં પ્રથમ દિવસ અથવા તમે જે દિવસે પ્રથમ વાર બાયસિકલ કે સ્કેટ ખરીદવા ગયા હતા,તમે જ્યારે વર્ગમાં પ્રથમ આવ્યા હતા અથવા જ્યારે તમે રમતગમત દિવસે સ્પર્ધામાં ઈનામ જીત્યા હતા,તમારો પ્રથમ પ્રેમ વગેરે.
    - ભૂતકાળની યાદીના ટૂંકા ગાળા વિભાગમાં બધી જ ઘટનાઓ,પ્રવૃત્તિઓ અને માહિતી લખો જે તમને તાજેતરનાં જ પાછલાં થોડા દિવસોમાંથી યાદ હોય દા.ત. કોઈ નવો મિત્ર કે ઓફિસનો સહકાર્યકર જેની મિત્રતા તમને સૌથી વધુ પસંદ હોય અથવા તમને બઢતી મળી હોય,પગારમાં વધારો મળ્યો હોય અથવા તમારી કોઈ સિદ્ધી બદલ મેડલ મળ્યું હોય,તમારા ગયા જન્મદિવસે તમે ગાડી ખરીદવાનો નિર્ણય કર્યો હોય વગેરે.
    - ભવિષ્યકાળની યાદીના લાંબા ગાળા વિભાગમાં બધી જ ઘટનાઓ, પ્રવૃત્તિઓ અને માહિતી લખો જેની તમને લાગે છે કે જીવનભર જરૂર પડવાની હોય દા.ત. પારિવારીક સમારંભ દરમ્યાન તમારા અને તમારા પરિવારના પાડેલા ફોટાને સુરક્ષિત રીતે રાખવા,એક મોટી ટેબલ પર રાખી શકાય તેવી ડાયરી જેમાં તમે પરિવારના સભ્યો,મિત્રો કે ઓફિસના સહકર્મચારીઓના જન્મદિવસ,લગ્નતિથી વગેરે જેવા મહત્વના દિવસો કે ઘટનાઓ નોંધી શકો વગેરે.
    - ભવિષ્યકાળની યાદીના ટૂંકા ગાળા વિભાગમાં બધી જ ઘટનાઓ,પ્રવૃત્તિઓ

અને માહિતી લખો જેની તમને થોડા મહિનાઓ સુધી જ જરૂર પડવાની હોય દા.ત. નવા ખરીદેલા ટી.વી. કે જ્યુસરના બિલ અને અન્ય કાગળો ધ્યાનપૂર્વક સાચવીને જાળવો જેથી વોરન્ટી પિરિયડમાં તે ખરાબ થઈ જાય તો તેનું નિશુલ્ક રીપેરીંગ કરાવી શકાય,આવકના કાગળીયા અને અન્ય મહત્વની ખરીદીના કાગળો જે ટેક્સના માણસો જોવા માગી શકે છે વગેરે.

ભૂતકાળમાંથી		
ક્રમ	લાંબા ગાળા માટે	ટૂંકા ગાળા માટે
1	શાળામાં પ્રથમ દિવસ	નવો મિત્ર જે પાછલાં વર્ષે મળ્યો
2	નવી બાયસિકલ ખરીદવાની સતત જીદ મારા માતાપિતાએ પૂરી કરી	અભ્યાસ માટે જ બીજા શહેરમાં સ્થળાંતર
૩		
ભવિષ્યકાળ માટે		
ક્રમ	લાંબા ગાળા માટે	ટૂંકા ગાળા માટે
1	પોતાના સ્વપનના ઘરનું બાંધકામ	કરેલાં સારા કામ બદલ મળેલો નાનો પગાર વધારો
2	સપ્તાહાંતે વર્ગો ધરાવતા એમ. બી.એ કોર્સમાં મળેલો પ્રવેશ	ઉચ્ચ અભ્યાસ માટે મળેલી સ્કોલરશીપ
૩		

તમે આ યાદીમાં તમારી અનુકૂળતા અને પસંદગી મુજબ નવો ઉમેરો કે ફેરફાર નિયમિત ધોરણે કરતા રહી શકો છો.પણ આ યાદીનો મોટો ભાગ આજે જ પૂરો કરી નાંખો જેથી તેની શુભ શરૂઆત થઈ જાય.આ તમને આપણું મગજ કઈ રીતે કાર્ય કરે છે તે સમજવામાં ખાસ્સી મદદ કરશે.

લખી નાંખવાની રીત સ્મરણશક્તિ સુધારવાની શ્રેષ્ઠ તરકીબ છે.જો તમે જીવનની મહત્વની વસ્તુઓ ડાયરીમાં લખવાની આદત વિક્સાવશો તો હું તમને ખાતરી આપું છું કે તમે આ વિશ્વના સૌથી વધુ બુદ્ધિશાળી વ્યક્તિઓ જેટલી સ્મરણશક્તિ વિક્સાવી શકશો.આથી આજે જ શરૂઆત કરી દો.એક સારી ગુણવત્તા ધરાવતી ટેબલ પર મૂકી

શકાય એવી ડાયરી લાંબા સમયના વપરાશ માટે અને એક ખિસ્સામાં મૂકી શકાય તેવી નાની ડાયરી ટૂંકા સમયના વપરાશ માટે લખવાની અને જાળવવાની શરૂઆત કરી દો.તમે પોતે જ આજથી થોડા દિવસોમાં આવનારા ફેરફારને અનુભવી શકશો.

સલાહ : આજે આ પ્રકરણ ઓછામાં ઓછું ત્રણ થી ચાર વાર વાંચો.

***

ભૂલી જવામાંથી કઈ રીતે છૂટકારો મેળવશો?

ભૂલી જવું એટલે શું?

મગજની યાદ કરી શકવાની અસમર્થતાને 'ભૂલી જવું' કહે છે.એ પૂર્ણ અથવા આંશિક હોઈ શકે છે.પૂર્ણ પણે ભૂલી જવું ત્યારે બને છે જ્યારે આપણે કોઈ ઉપયોગ કરેલી કે જેના સંપર્કમાં આવ્યા હોઈએ તેવી વસ્તુ વિષે કંઈ જ યાદ કરી શકતા નથી. આંશિક ભૂલી જવું એટલે કે જ્યારે આપણે તે વસ્તુ કે ઘટનાનો થોડો ભાગ યાદ કરી શકતા હોઈએ પણ બધું નહિ.

આપણે આ બે પ્રકારના ભૂલી જવાને નીચેના ઉદાહરણોની મદદથી સમજવાની કોશિશ કરીશું :

- પૂર્ણ પણે ભૂલી જવું ત્યારે બને છે જ્યારે આપણે જે વાંચ્યું હોય કે પહેલાં શિખ્યું હોય અથવા મંદિર કે સંગ્રહસ્થાન કે પિકનિક જેવી કોઈક જગા ની મુલાકાત લીધી હોય તે વિષે કંઈ પણ યાદ કરવામાં નિષ્ફળ જઈએ.આપણે શાળાજીવનના કોઈક મિત્ર કે કોઈક અસાઈનમેન્ટમાં જેની સાથે કામ કર્યું હોય તેવા કોઈ સહકર્મચારીને યાદ કરવામાં પણ નિષ્ફળ જઈ શકીએ છીએ.
- આંશિક ભૂલી જવું ત્યારે બને છે જ્યારે આપણે કોઈક વ્યક્તિને મળીએ અને તેને ઓળખી જઈએ પણ તેનું નામ આપણને યાદ ન આવે અથવા તેને આપણે પહેલા ક્યાં મળ્યા હતાં તે આપણને યાદ ન આવે.આ આંશિક ઓળખાણની એક અતિ સામાન્ય ઘટના છે.

આજની તારીખ : --/--/--
(કૃપા કરી પેન્સિલથી લખો)

☛ ભૂલી જવાની ઘટના ત્રીજા પણ એક પ્રકારે બને છે.જ્યારે કોઈ અન્ય વ્યક્તિ આપણને ઓળખતી હોય પણ આપણે તેને ઓળખી શકતા ન હોઈએ.પણ જ્યારે તે વ્યક્તિ કોઈ સામાન્ય મિત્રો કે તમે સાથે મુલાકાત લીધી હોય તેવી કોઈક જગા કે કેટલીક ખાસ ક્ષણો જે તમે કોઈ પ્રોજેક્ટ પર કામ કરતી વેળાએ સાથે માણી હોય – આવાં કેટલાક સંદર્ભો વાપરે અને આપણને તે વ્યક્તિ યાદ આવી જાય.

ભૂલી જવાનું મહત્વ

આપણે બધાં જાણીએ જ છીએ કે આપણું મગજ દરેક ક્ષણે અનેક પ્રવૃત્તિઓ અને વસ્તુઓ જુએ છે.આપણે એ પણ જાણીએ છીએ કે શિખવાની,યાદ રાખવાની અને ભૂલી જવાની કુદરતી સતત પ્રક્રિયા ચાલુ જ હોય છે.જૂની વસ્તુઓ ભૂલી જવી એ પણ નવી વસ્તુઓ શિખવા જેટલા જ મહત્વનું છે.

ભૂલી જવાથી મગજમાંથી નકામી વસ્તુઓ દૂર થાય છે.એ આપોઆપ જુદા જુદા વિષયો અને મુદ્દાઓને સમય જતાં મગજમાંથી દૂર કરે છે,ભૂંસી નાખે છે.ભૂલી જવાથી નવી તાજી માહિતીના સંગ્રહ માટે મગજમાં જગા ખાલી થાય છે.વળી,એ નકામી બિનજરુરી વસ્તુઓને આપણાં રોજિંદા જીવનમાં દખલ કરતાં પણ અટકાવે છે અને આપણી સારી સ્મૃતિને સુયોગ્ય સ્થિતીમાં જાળવી રાખે છે.

આથી,એ સૌથી વધારે અગત્યનું છે કે આપણે આપણાં મગજને એ રીતે કેળવીએ કે તે આપોઆપ માહિતી માટે ગળણા જેવું કામ કરે અને નકામી અસંબંધિત બધી માહિતી ભૂલી જાય અને નવી વધુ મહત્વની વસ્તુઓ માટે વધુ જગા બનાવે. બુદ્ધિશાળી વ્યક્તિઓ અને ધીમું શિખનારાઓ વચ્ચે આ જ એક મોટો ફરક છે. બધાં જ બુદ્ધિશાળી વ્યક્તિઓ અને શિક્ષિત લોકોમાં બે વસ્તુ સામાન્ય જોવા મળે છે.એક,તેમણે પોતાના મગજને ઝડપથી શિખવવા અને ગૌણ બાબતોને મગજમાં પેસવા જ ન દેવા કેળવ્યું હોય છે અને બીજું,તેઓ અન્યો કરતાં ખૂબ વધારે મહેનત કરીને પોતાને જરુરી કૌશલ્ય પ્રાપ્ત ન થાય ત્યાં સુધી શિખ્યા કરે છે.

ભૂલી જવાનાં કારણો

ભૂલી જવાનાં અનેક કારણો હોય છે.પણ થોડા પ્રયત્નોથી અને દૈનિક રોજિંદા જીવનના કામો ધ્યાનથી સંભાળતા ભૂલી જવાની આદત અને નબળી યાદશક્તિની સમસ્યાનું અસરકારક રીતે નિરાકરણ શક્ય છે.બીજાઓ જેટલું ધારે છે તેટલું આ અઘરું નથી. બાળકો ઘણી વાર કેટલીક નાની મોટી વસ્તુઓ તેમના પરીક્ષાના દિવસો દરમ્યાન ભૂલી જતાં હોય છે.ઈન્ટરવ્યુ માટે જઈ રહેલા ઉમેદવાર પણ ઘણી વાર ઠંડા થઈ જાય

છે, ધ્રુજવા લાગે છે કે પરસેવે રેબઝેબ થવા લાગે છે. મનોવૈજ્ઞાનિકો એ એ આ માટે નીચેનાં કારણો આપ્યાં છે :

- કોઈ વિષયમાં રસ ન હોવો, તેની પરવા ન હોવી કે તેને ન ગણકારવાને લીધે ઘણી વાર તે ચોક્કસ વિષય કે મુદ્દો નબળી યાદશક્તિમાં પરીણમે છે અને આથી તે સારી રીતે પાછો યાદ કરવામાં પણ મુશ્કેલી પડે છે.
- કોઈક વસ્તુ યાદ રાખવાની અનિચ્છા.
- કોઈક વિષયવસ્તુને ઓછા રસ સાથે કે યોગ્ય એકાગ્રતા વગર અથવા પૂર્ણપણે ધ્યાન આપીને ન ભણતા અને સમજતા.

- સતત ચિંતા, તણાવ, દબાણ પણ મનની વસ્તુઓ સારી રીતે યાદ રાખવાની ક્ષમતા પર ઘણી માઠી અસર પહોંચાડે છે.
- સહપાઠીઓને લીધે ઉભું થતું દબાણ કે માતાપિતા તરફથી પરીક્ષામાં શ્રેષ્ઠ દેખાવનું સતત દબાણ અને સ્પર્ધા પણ બાળકોનાં મનમાં તેમની પરીક્ષાના પરીણામ અને તેમના ભવિષ્ય અંગે બિનજરૂરી ચિંતા અને દબાણ ઉભા કરે છે.
- બાળકો નિર્દોષ અને કુમળા હૃદયનાં હોય છે. તેઓ ઉચ્ચ વર્ગોમાં અથવા પરીક્ષાની તૈયારીના દિવસોમાં ભરપૂર દબાણ હેઠળ હોય છે જ અને જો એવામાં કોઈ અપ્રિય ઘટના બને કે કોઈ નિકટના કુટુંબીજનનું મૃત્યુ થાય તો તેમના માટે એ મોટા આંચકા સમાન બની રહે છે.
- ખૂબ લંબાયેલી માંદગી અથવા અકસ્માતમાં ઘાયલ થયાની ઘટના પણ તૈયારી સમયે અથવા પરીક્ષા દરમ્યાન એકાગ્રતાની કમીમાં પરિણમે છે.
- પરિવારમાં અશાંતિ પણ બાળકોની સમજણ અને એકાગ્રતા પર બૂરી અસર કરે છે.
- વારસાગત પરિબળો પણ બાળકોમાં કેટલાક ચોક્કસ રસરુચિ પેદા કરતાં જોવા મળે છે. જો આ રસરુચિ અભ્યાસ સિવાયના કોઈ ક્ષેત્રે હોય તો તેઓ ભણવામાં અલ્પ રસ ધરાવતા જોવા મળે છે અને પરિણામે નબળી યાદશક્તિ ધરાવી શકે છે.

ટૂંકમાં અભ્યાસમાં કે કોઈક ચોક્કસ વિષયમાં રસ અને એકાગ્રતા ન હોય તો તેમાં ઓછી સમજણ પડે છે,તે ઓછું યાદ રહે છે અને પરીણામે પાછું યાદ કરવું પણ મુશ્કેલ બની જાય છે.

ભૂલી જવાનું ટાળો

ઘણી વાર કેટલાક બાળકો પોતાની નબળી સ્મરણશક્તિ અંગે કે અભ્યાસ પૂર્ણપણે ન કરી શકવા અંગે પસ્તાવો કરતાં અને પોતાના પાઠ વારંવાર ભૂલી જતાં જોવા મળે છે.પરીક્ષાની તૈયારી અને પરીક્ષાના દિવસો દરમ્યાન આ વધુ જોવા મળે છે.અહિ જેના દ્વારા સારી રીતે શિખી શકો અને સ્મરણ શક્તિ સુધારી શકો એવી કેટલીક ટીપ્સ આપી છે જે વિદ્યાર્થીઓને અન્યો કરતાં આગળ લઈ જવામાં મદદ કરશે :

- એ અતિ અગત્યનું છે કે તમે આ થોડાં દિવસો કઈ રીતે પસાર કરો છો.એ તમારા શિખવામાં અને સારા ગુણાંક પ્રાપ્ત કરવામાં ઘણો મોટો ફેર લાવી શકે છે.જો તમે આખું વર્ષ સારી રીતે અભ્યાસ કર્યો હોય પણ આ દિવસો દરમ્યાન મૂંઝાઈ જાઓ અથવા બેદરકાર બની જાઓ તો તમારી બધી મહેનત પાણીમાં જશે.આથી,તમારા તૈયારી પ્રત્યેના અભિગમમાં સાવધ અને સજાગ રહો.
- તમારા મન પર અતિ વધારે બોજો નાંખશો નહિ અથવા તેને વધારે ખેંચશો નહિ.દરેક વ્યક્તિની કાર્ય કરવાની,શિખવાની અને યાદ રાખવાની પોતાની આગવી માનસિક ક્ષમતા હોય છે. મૂળ સમસ્યાની શરુઆત ત્યારે થાય છે જ્યારે આપણે આપણી જાતને અન્યો સાથે સરખાવવાની શરુઆત કરીએ છીએ.
- અભ્યાસમાં વચ્ચે વચ્ચે વિરામ લો.તમારા મગજને આરામ આપવાનો પ્રયાસ કરો.તેને જે જોઇએ છે તે આપો.એ તમારો ઘણો કિંમતી ગુણવત્તાભર્યો સમય અને મહેનત બચાવશે.
- આવા વિરામ વધુમાં વધુ ૧૦ - ૧૫ મિનિટથી વધુ લાંબા હોવા જોઇએ ન હિ.આ દરમ્યાન તમે આંખો બંધ કરી અને નીચે સીધા લાંબા થઈ એકાદ ઝોકું ખાઈ શકો છો અથવા તમારું મનપસંદ સંગીત કે કોઈક ગીત સાંભળી અને માણી શકો છો;તાજા,લીલા,સ્વચ્છ ઘાસ પર લટાર મારી શકો છો;ઝડપી સ્નાન લઈ શકો છો કે ચહેરો,હાથ,પગ ઘણી વાર ધોઈ શકો છો;શરીરમાં પાણીનું પ્રમાણ જળવાઈ રહે એ માટે વધુમાં વધુ પાણી પી શકો છો જેનાથી ચેતાતંત્રનું કાર્ય સારી રીતે ચાલે છે અને પરીણામે માનસિક થાક દૂર રહે છે.
- પણ આ વિરામ દરમ્યાન ટી.વી. જોવું જોઇએ નહિ કે અર્થહીન ઇન્ટરનેટ સર્ફીંગ કરવું જોઇએ નહિ અથવા મિત્રો સાથે બિનજરુરી ચર્ચા કે વાતચીત

કરવી જોઇએ નહિ,તીખો કે તૈલી ખોરાક,નાસ્તો કે ફાસ્ટફુડ ખાવા જોઇએ નહિ;વધારે પડતું ખાવું જોઇએ નહિ અથવા તમને તમારા પુસ્તકોથી લાંબો સમય દૂર રાખે એવી કોઈ પ્રવૃત્તિ કરવી જોઇએ નહિ.

- એવી એક ભ્રામક માન્યતા છે કે ચા,કોફી અને ઠંડા પીણાં જેવા પેય પદાર્થો મનને લાંબા સમય સુધી તાજું અને સજાગ રાખે છે.ભલે એ ચેતાતંત્રને એક હળવો ધક્કો આપતા હશે પણ એ થોડી ક્ષણો માટે જ.એને બદલે તે શરીરમાંથી પાણીનું પ્રમાણ ઓછું કરી નાખે છે જે ફાયદા કરતા વધારે નુકસાનકારક છે.ઘણી વાર આ પીણાં હૃદયમાં પણ તકલીફ,એસીડીટી,મોં અને પેટમાં ચાંદા વગેરે જેવી બિમારીઓ નોતરે છે.આથી તેમને ટાળવા જોઇએ અથવા તેમનો અતિ મર્યાદિત પ્રમાણમાં ઉપયોગ કરવો જોઇએ.
- તમાકુ યુક્ત પદાર્થોનું સેવન, સિગરેટ પીવી કે દારુનું સેવન પણ વર્જીત હોવું જોઇએ.ખાસ કરીને શાળા અને કોલેજકાળમાં.આ સમયગાળો મનના અને શરીરના શ્રેષ્ઠ વિકાસ માટે અતિ અગત્યનો છે.આ પદાર્થો મનના કાર્યો અને તેના યોગ્ય વિકાસને બૂરી રીતે નુકસાન પહોંચાડી શકે છે.
- તમારા વાળ બને એટલા ઓછા અને ટૂંકા રાખો,ખાસ કરીને પુરુષો.જેટલા ઓછા એટલું વધારે સારું.એનાથી મન કુદરતી રીતે તાજું અને શાંત રહે છે. આ સમયે અભ્યાસ પર ધ્યાન કેન્દ્રીત કરવાની,સારા માર્ક્સ મેળવવાની અને તમારી મહેનત અને નિષ્ઠા બદલ પ્રશંસા પામવાની વધારે જરુર છે.પ્રાચીન ભારતમાં વિદ્યાર્થીઓ તેમના વિદ્યાભ્યાસ કાળમાં નાનકડી શિખા સાથે માથે બોડુ રાખતા.
- એક વાર અભ્યાસની ગાડી પાટા પર ચડી જાય પછી જુદા જુદા વિષયોના અભ્યાસ અને સમજ બહેતર બનતા જાય છે જે સારી સ્મરણશક્તિમાં પણ પરીણમે છે અને ધીમે ધીમે તમારો આત્મવિશ્વાસ પણ વધતો જાય છે.એનાથી તમારામાં હિંમત આવે છે અને તમને વધુ મહેનત કરી સારા માર્ક્સ લાવી પ્રશંસાપાત્ર બનવાની પ્રેરણા મળે છે.

• પરીણામની કે ભવિષ્યની વધારે ચિંતા કરશો નહિ પણ આ સમયે માત્ર તમારા અભ્યાસ પર જ ધ્યાન કેન્દ્રીત કરશો.એક સમયે એક જ વિષય હાથમાં લેશો.તમારું પોતાનું સમયપત્રક પોતે જ તૈયાર કરશો અને તેને જુદા જુદા વિષયો,પ્રોજેક્ટ્સ અને અન્ય પ્રવૃત્તિઓમાં યોગ્ય રીતે વિભાજીત કરશો.

શિખવું સુધારો અને ભૂલવું ઘટાડો

નીચે જણાવેલાં સૂચનો તમને શિખવાની સમર્થતામાં સુધારો લાવવાનું માર્ગદર્શન આપશે અને સાથે જ આપણાં માટે સુસંગત હોય તેવી વસ્તુઓ ભૂલાવી દેનારાં પરીબળોની અસર ઓછી કરી નાંખશેઃ

○ રસ અને શિખવાની ઉત્સુકતા

જ્યારે વ્યક્તિને કંઈક શિખવાની ઉત્સુકતા હોય ત્યારે તેનું મન વધુ ઝડપે અને વધુ ચોકસાઈથી ગ્રહણ કરે છે અને શિખે છે, આ એક કુદરતી પ્રક્રિયા છે.જ્યારે શિખવાની ઉત્સુકતા હોય ત્યારે માનસિક ઉર્જા એવી રીતે કામ કરે છે કે મન શિખેલું વધુ સારી રીતે જાળવે છે.

○ એકાગ્રતા

ઘણી વાર,આપણું મન અહિ તહિ ભટકે છે અને કોઈ પણ કામમાં મહેનત કરવાને બદલે આળસુ બની જાય છે.આવી પરિસ્થીતીમાં મનને અસરકારક રીતે નિયંત્રણમાં લેવું પડે છે અને તેને પ્રેરણા આપવી પડે છે જેથી તેની ઉર્જા કામ પ્રત્યે જ પ્રવાહીત થાય.આમ થાય એ માટે ધાર્યા પરીણામ મેળવવા એકાગ્રતાપૂર્વકના પ્રયાસ જરૂરી છે.

○ ચિત્રો અને ઉદાહરણો

આપણું મન એ વસ્તુઓ જલ્દી શિખે છે જે ચિત્રો દ્વારા કે આકૃતિઓ દ્વારા કે વિડીયો ક્લીપ્સ દ્વારા અથવા ઉદાહરણો કે અન્ય રસપ્રદ અવતરણો ટાંકીને રજૂ કરવામાં આવી હોય.પ્રાથમિક શાળાના વિદ્યાર્થીઓને આ રીતે શિખવવામાં આવે છે કારણ તેમનાં શિક્ષણની હજી શરુઆત જ થઈ હોય છે.

પણ જ્યારે તમારી અભ્યાસ સામગ્રી સાથે આવી કોઈ જ વસ્તુઓ આપવામાં આવી ન હોય,ત્યારે તમારી કલ્પનાશક્તિનો ઉપયોગ કરી તમારી પોતાની આવી વસ્તુઓ સર્જવાનો પ્રયાસ કરો.આવી વસ્તુઓ સમજાવામાં ઘણો ઓછો સમય લે છે અને તેમને ફરી યાદ કરવામાં લાગતો સમય પણ ખાસ્સો ઘટે છે.લોકોને આવી

વસ્તુઓ યાદ પણ લાંબા સમય સુધી રહે છે.

દાખલા તરીકે,એક બિલાડી એક ઉંદરનો પીછો કરી રહી છે અને તે બિલાડીનો પીછો એક કૂતરો કરી રહ્યો છે જેની પાછળ એક માણસ લાકડી લઈ દોડી રહ્યો છે. કલ્પનાશક્તિ દ્વારા જો આપણે આ દ્રષ્ટાંતનું ચિત્ર મન સમક્ષ ખડું કરીશું તો આ વાર્તા યાદ રાખવી અતિ સરળ બની જશે અને આપણે તેની સાથે જોડાઈ શકીશું તેમજ ભવિષ્યમાં જરૂર પડ્યે સહેલાઈથી તેને પાછી યાદ પણ કરી શકીશું.

○ જોડવું અને તાર્કિક રીતે વિચારવું

જ્યારે નવી વસ્તુઓને જૂની પહેલા શિખેલી વસ્તુઓ સાથે જોડી દેવામાં આવે ત્યારે મન માટે એ વસ્તુઓ યાદ રાખવાનું સાવ સહેલું બની જાય છે.આ પ્રકારના જોડાણ ઉભરી આવે છે જ્યારે મન નવી માહિતી અને જૂની માહિતી વચ્ચે તાર્કિક બંધન જોડી શકે છે.આ રીતે પણ મન વસ્તુઓને લાંબા સમય સુધી વધુ ચોકસાઈ સાથે યાદ રાખી શકે છે અને પાછી ઝડપથી યાદ કરી શકે છે.

જ્યારે તમે કોઈ પણ વિષયવસ્તુનો તર્ક સમજવા લાગો ત્યારબાદ તમારા માટે તેને યાદ રાખવું સરળ બની રહે છે.એ જ રીતે જ્યારે તમે જુદા જુદા વિષયોના તમારા જીવનના વિવિધ મુદ્દાઓ સાથેના આંતરિક જોડાણ વિષે સમજવાનું શરુ કરી દો છો ત્યારબાદ યાદ રાખવાની પ્રક્રિયા સરળ અને તાર્કિક બની રહે છે.આથી હંમેશા જોડાણ બનાવવાનો પ્રયાસ કરો.

○ અસામાન્ય પ્રત્યે આકર્ષણ

આપણું મન અસામાન્ય રીતે બની રહેલી અથવા તેના માર્ગમાં આવતી નવી વસ્તુઓ પ્રત્યે ભારે આકર્ષાય છે. દાખલા તરીકે - કોઈ નવી શોધ, કોઈ નવો પ્રયોગ કે રચના, કોઈ જૂનું ગીત જે નવા રાગમાં કે જુદી રીતે ગવાઈ રહ્યું હોય,ડાબા હાથે કોઈ મુશ્કેલ રમત રમી રહેલો કે ખાઈ રહેલો કે અન્ય કોઈ પ્રવૃત્તિ કરી રહેલ વ્યક્તિ,ખટારા જેવું કોઈ ભારે વ્યવસાયિક વાહન ચલાવી રહેલી કોઈ મહિલા,માથુ પાછળ તરફ રાખી કે હાથની અદબ વાળી બાઈસિકલ ચલાવી રહેલો માણસ વગેરે.આવી બાબતો આપણાં મગજમાં લાંબા સમય સુધી જળવાઈ રહે છે.

○ સમાનાર્થી અને વિરુદ્ધાર્થી શબ્દો

સરખાં અર્થ ધરાવતાં શબ્દોને સમાનાર્થી શબ્દો કહે છે જ્યારે જે શબ્દોના અર્થ વિરોધી હોય છે તેમને વિરુદ્ધાર્થી શબ્દો કહે છે.આ પણ વસ્તુઓને યાદ રાખવાનો એક સરળ માર્ગ છે.

સમાનાર્થી શબ્દોના કેટલાક ઉદાહરણ આ પ્રમાણે છે : સુખી - ખુશ,આનંદિત ; દુઃખી - ચિંતીત ; ચઢવું - આરોહણ ; મેળવવું - પ્રાપ્ત કરવું ; આપવું - દેવું વગેરે

વિરુદ્ધાર્થી શબ્દોના કેટલાક ઉદાહરણ આ પ્રમાણે છે : ગરમ - ઠંડુ ; શિયાળો - ઉનાળો ; અંદર - બહાર ; ઉંચુ - નીચુ ; ગરીબ - અમીર ; સુખી - દુઃખી ; સારું - ખરાબ ; મહેનતુ - આળસુ વગેરે

○ ટૂંકા વિરામ અને આરામ

વચ્ચે વચ્ચે નિયમિત સમયગાળા માટે હંમેશા તમારા મનને પૂરતો આરામ અને હળવાશ આપો.આનાથી તમારી આ સમયગાળા સુધી જે કંઈ શિખ્યા હોવ તે યાદ રાખવાની અને સંગ્રહવાની શક્તિ ઘણી સુધરે છે.આવા વિરામ મનને જરૂરી આરામ પૂરો પાડે છે જે અનુક્રમે તેની વધુ ભણવાની અને યાદ રાખવાની સમર્થતા અનેકગણી વધારે છે.

○ સંગીત

અભ્યાસની સાથે સાથે અથવા કામ કરતી વેળાએ હળવું સંગીત વગાડવામાં આવે તો મનને આરામ મળે છે અને તેની હાથમાં લીધેલા કામ પર ધ્યાન કેન્દ્રીત કરવાની શક્તિ વધી જાય છે.એનાથી આજુબાજુમાં કોઈ પ્રકારનો ઘોંઘાટ કે તેના જેવા અન્ય અંતરાયની અસર પણ ઓછી કે દૂર થઈ જાય છે.તમે તમારી પસંદગી મુજબનું સંગીત વગાડી શકો છો જેથી તમે એકાગ્રતા જાળવી શકો.તમે નવરાશના સમયે કોઈક સંગીતનું વાદ્ય પણ વગાડી શકો છો જે તમને તણાવમુક્ત કરશે.

○ મોટા મુદ્દાઓનું પેટા વિભાજન

ભલે કોઈક મુદ્દો એક જ બેઠકમાં ભણી ને પૂર્ણ કરવો સારું હોય પણ જો પાઠ મોટો હોય તો તેને બે કે તે કરતા વધુ પેટા વિભાગમાં વિભાજીત કરવો જોઇએ અને બે કે વધુ બેઠકમાં તેનો અભ્યાસ પૂરો કરવો જોઇએ.આ માટે, પહેલા એક વાર સામાન્ય રીતે આખો પાઠ વાંચી જાવ અને પછી આવા મુદ્દાઓને તેમની સુસંગતતા અને વ્યવહારિકતા પ્રમાણે વિભાજીત કરો.આ રીતે મુદ્દાઓ તેમના મૂળ પાઠ સાથે સંબંધ જાળવી રાખીને વધુ અસરકારક રીતે ભણી શકાય છે.

○ પુનરાવર્તન અને મહાવરો કરવો

વિશ્વભરમાં વપરાતી આ સૌથી સામાન્ય અને સૌથી વધુ અસરકારક પદ્ધતિ છે. શિખવું,યાદ રાખવું અને તેને જાળવી રાખવું વધુ સહેલું અને સારું બની રહે છે જ્યારે તેનું પુનરાવર્તન કરાયું હોય. તેનો જેટલી વધારે વાર મહાવરો કરાય, તેટલું દરેક

પુનરાવર્તન સાથે તે વધુ ને વધુ સારું થતું જાય છે.

કોઈ વિષયવસ્તુનું પુનરાવર્તન અતિ મહત્વનું બની રહે છે જ્યારે આપણે એ માહિતી તેના મૂળ સ્વરૂપે જ પાછળથી વાપરવા માટે જાળવવી હોય.અને દરેક વાર કરેલું પુનરાવર્તન ફરી વાર તે વિષયવસ્તુ ભણતી વખતે ઓછી મહેનત અને ઓછો સમય લે છે.આપણું મગજ આ રીતે વધુ સારી રીતે કામ કરી શકે છે.

પુનરાવર્તન વાંચીને,લખીને,સાંભળીને અથવા તે વ્યવહારીક પ્રકારનું હોય તો આચરીને કરી શકાય છે.આ ચારે પદ્ધતિમાં સાથે સાથે મૌખિક પુનરાવર્તન મનમાં અથવા મોટા અવાજે બોલીને કરાય છે.મોટા અવાજે બોલીને આમ કરવું સલાહભર્યું છે કારણ એ રીતે યાદ રાખવાની અને જાળવી રાખવાની ક્રિયા અનેક ગણી વધુ સારી રીતે થાય છે.

દાખલા તરીકે,પ્રાથમિક શાળાના વિદ્યાર્થીઓ ઘણી વાર મોટેથી પોતાના પાઠનું રટણ કરતાં જોવા મળે છે.જેમણે પોતાનું શિક્ષણ હજી શરુ જ કર્યું હોય તેમના માટે આ પદ્ધતિ શ્રેષ્ઠ છે.ધીમું શિખતા બાળકો માટે અથવા જે બાળકો એકાગ્રતાપૂર્વક અભ્યાસ ન કરી શકતા હોય તેમના માટે પણ આ રીત ઘણી યોગ્ય છે.પરીક્ષા દરમ્યાન જ્યારે અભ્યાસનું દબાણ ઘણું વધારે હોય અને આખા અભ્યાસક્રમને આવરી લેવા સમય મર્યાદિત હોય ત્યારે પણ આ પદ્ધતિ ઘણી અસરકારક નિવડે છે.

અહિ પુનરાવર્તનની દેખીતી અસરનું એક ઘણું સામાન્ય ઉદાહરણ આપ્યું છે.તમે લોકો દ્વારા વપરાતાં મુખ્ય રસ્તામાંથી શરુ થતાં ઘણાં શોર્ટ કટ રસ્તાઓ જોયાં હશે. જ્યારે ઘણાં લોકો તેમનો ઉપયોગ વારંવાર કરે ત્યારે સમયાંતરે તે આપોઆપ શોર્ટ કટ રસ્તા બની જતાં હોય છે.આજ રીતે જ્યારે પાણી ટીપાં રૂપે કે વહેણ રૂપે સતત કોઈક ખડક કે જમીન પર પડતું હોય ત્યારે ત્યાં પોલાણ સર્જાય છે.આમ અભ્યાસ પણ વારંવાર થાય કે તેનું પુનરાવર્તન થાય તો તે સારી રીતે શિખી શકાય છે અને યાદ રહે છે.

પ્રેરણા અને ચાલક બળ

જ્યારે કોઈ વ્યક્તિ પ્રેરણા પામે છે અથવા તેને કંઈક કરવાનું ચાલકબળ પ્રાપ્ત થાય છે ત્યારે અર્ધજાગૃત મન સક્રિય બને છે અને એ પ્રવૃત્તિઓમાં વિશેષ રસ લે છે.એનાથી શિખવાની પ્રક્રિયા વધુ ઝડપી,યાદ રાખવાની પ્રક્રિયા વધુ સારી અને શિખેલું યાદ રહેવાની કે જળવાવાની પ્રક્રિયા પણ વધુ સારી બને છે અને ભવિષ્યમાં એ પાછું યાદ કરવાની પ્રક્રિયા પણ ઝડપી બને છે.

સલાહ : આ પ્રકરણ આજે ઓછામાં ઓછું ત્રણ થી ચાર વાર વાંચો.એ તમને મન દ્વારા શિખવાની અને યાદ રાખવાની જુદી જુદી પદ્ધતિઓ વચ્ચેનો ભેદ સમજવામાં મદદ કરશે.

***

દિવસ ૧૮

તમારી સ્મરણ શક્તિ સુધારો ભાગ-૧

આજે આપણે એક નાની કસોટી દ્વારા તમારી યાદશક્તિનું પારખું કરીશું. આ કસોટી વધુ નાના જુદા જુદા ભાગોમાં વહેંચાયેલી છે. આગળના પ્રકારણો પરથી તમને તમારું મન કઈ રીતે કામ કરે છે તેનો ખ્યાલ તો આવ્યો જ હશે પણ આ કસોટી લીધા બાદ તમને તમારા મનની ખરેખરી કાર્યક્ષમતાનો ખ્યાલ આવશે, જે તમને તમારો રોજબરોજનો અભિગમ સુધારવામાં મદદરૂપ થશે.

કસોટી - ૧ : નીચે કેટલાક શબ્દો આપેલા છે. તમારે એ શબ્દો ધીમેથી અને ધ્યાનથી વાંચવાના છે, સમજવાના છે અને મનોમન તેમને સાંકળવાના છે. ત્યાર પછી પુસ્તક બંધ કરી દો અને આ શબ્દો એક કાગળ પર લખો. લખવાનું શરૂ કરતાં પહેલાં આજની તારીખ નોંધવાનું ભૂલશો નહીં.

કેળું, ચંદ્ર, રીંછ, ઉંદર, આકાશગંગા, બિસ્કીટ, પતંગિયું, ખુરશી, ઈન્ટરનેટ, પેન, ગાય, જિરાફ, ટામેટું, પેન્સિલ, ગ્રહો, ચોક, સસલું, બટાકા , અવકાશયાન, અવકાશયાત્રી, ઝીબ્રા, મીઠું, મોર, રોકેટ, ઈ-મેઈલ, વાઘ, નોટ, ખાંડ, ગુરુ, બદામ, પૃથ્વી, સ્ટ્રોબેરી, બર્ગર, મોબાઈલ, વિમાન, ફ્રેંચ-ફ્રાઈઝ, ટિકિટ, લેપટોપ

આજની તારીખ : --/--/--
(કૃપા કરી પેન્સિલથી લખો)

(નોંધઃ ઉપરના બધા શબ્દોને તેમની સમાનતા પ્રમાણે જુદા જુદા સ્તંભમાં ફરીથી ગોઠવો)

ક્રમાંક	૧	૨	૩	૪
૧	સફરજન	માછલી	તારા	ટેબલ
૨	કેળું	રીંછ	આકાશગંગા	ખુરશી
૩	ટામેટા	જિરાફ	ગ્રહો	ચોક
૪	બટાકા	ઝીબ્રા	ચંદ્ર	પેન્સિલ
૫	સ્ટ્રોબેરી	સસલું	અવકાશયાન	નોટબુક
૬	બીસ્કીટ	ઉંદર	અવકાશયાત્રી	પેન
૭	ખાંડ	પતંગિયું	રોકેટ	લેપટોપ
૮	મીઠું	મોર	વિમાન	ઈન્ટરનેટ
૯	ફ્રેન્ચ-ફ્રાઈઝ	વાઘ	ગુરુ	મોબાઈલ
૧૦	બર્ગર	ગાય	પૃથ્વી	ઇ -મેઈલ
૧૧	બદામ		ટિકિટ	

કસોટી - ૧ : મારા જીવનમાં મહત્વપૂર્ણ અને વહાલા કેટલાક લોકોની જન્મતારીખોનો નીચે ઉલ્લેખ છે.

સારા લોકો હંમેશા આ યાદીમાં ઉમેરાતા રહેશે. હું તમને તેમને યાદ રાખવા કેટલીક સરળ રીતોનું સૂચન કરીશ.તદનુસાર, તમારે તમારી પોતાની યાદી તૈયાર કરવાની છે. નોંધને અનુસરો. તે તમને લોકો સાથે સારા સંબંધો જાળવી રાખવા માટે મદદ કરશે

શ્રી વારિન્દર અગ્રવાલ	૨૪ જાન્યુઆરી ૧૯ ---	શ્રી વિમલ જેટલી	૯ જાન્યુઆરી ૧૯૭૪
શ્રી અરુણ સાગર	૨૦ નવેમ્બર ૧૯૬૮	શ્રી પીયુષ અગ્રવાલ	૬ ફેબ્રુઆરી ૧૯૭૭
શ્રી વિશાલ મણિ	૧૫ એપ્રિલ ૧૯૭૫	શ્રી હરિન્દર સિંઘ	૨૪જાન્યુઆરી૧૯૫૪
ડૉ પી કે ગુપ્તા	૨૨ ઓક્ટોબર ૧૯૫૬	શ્રીમતી મામો દેવી	૨ જાન્યુઆરી ૧૯ ---
બેબી અનન્યા સિંઘલ	૨ ઓગસ્ટ ૨૦૧૧	શ્રી આદિત્ય ગુપ્તા	૨ ફેબ્રુઆરી ૧૯૮૯
કુ વિભુ અગ્રવાલ	૯ માર્ચ ૧૯૯૫	શ્રીમતી મધુબાલા નાગર	૯ ફેબ્રુઆરી ૧૯ ---
શ્રી સંજય સિંઘલ	૫ જાન્યુઆરી ૧૯૭૩	શ્રી સુનીલ મદન	૭ માર્ચ ૧૯૬૧

શ્રી આશિષ ગોયલ	૨ ફેબ્રુઆરી ૧૯૮૨	શ્રી રમણ નાગપાલ	૧ માર્ચ ૧૯૭૫
શ્રી રમણ દુવા	૨૫ સપ્ટેમ્બર ૧૯૭૯	કુ નિકિતા ગુપ્તા	૨૧ ઓક્ટોબર૧૯ ---
શ્રીમતી રંજના અગ્રવાલ	૧૮ એપ્રિલ ૧૯ ---	શ્રી સતપાલસિંઘભાટિયા	૨૫ મે ૧૯૬૧
શ્રી ગૌતમ સિંઘલ	૧૨ માર્ચ ૧૯૮૧	શ્રી સંજય વર્મા	૧ જુલાઈ ૧૯૭૧

શ્રી અવનીશ ગુપ્તા	૧ મે ૧૯૮૭	શ્રી. અભિષેક સક્સેના	૫ જુ લાઈ ૧૯૮૦
શ્રી રણજિતસિંઘ બિશ્તે	૧૪ જૂન ૧૯૮૦	શ્રી નરેશ કુમાર બજાજ	૨૫ મે ૧૯૭૯
શ્રી સતીષ કુમાર અગ્રવાલ	૨૫ જૂન ૧૯૭૪	શ્રીમતી. નેહા ચંદેલ	૨૭ જુલાઈ ૧૯ ---
શ્રી વિકાસ ગુપ્તા	૮ જુલાઈ ૧૯૮૫	શ્રી આયુષ અગ્રવાલ	૩ ઓગસ્ટ ૧૯૯૬
શ્રી સંજય ધર્મ	૧ જુલાઈ ૧૯૭૩	શ્રી કરણ ચાવલા	૧૨ ઓગસ્ટ ૧૯૮૪
શ્રી મનજીતસિંઘ બિશ્તે	૩૦ ઓગસ્ટ ૧૯૭૮	શ્રી અનિલ કુમાર મહાજન	૨૫ ઓક્ટોબર ૧૯૬૫
શ્રી ઉમેશ શર્મા	૨૦ ડિસેમ્બર૧૯૫૬	શ્રી લલિત સૈની	૨૨ સપ્ટેમ્બર ૧૯૮૧
શ્રી કમલ કાન્ત કાલરા	૪ ડિસેમ્બર ૧૯૭૯	ડૉ હિમાંશી વર્મા	૨૧ ડિસેમ્બર ૧૯ ---
શ્રી ચંદન પવાર	૨૩ સપ્ટેમ્બર ૧૯૭૫	શ્રી ગૌરવ ચાવલા	૩૧ ઓક્ટોબર ૧૯૭૯
શ્રી ગિરીશ ભંડારી	૨૬ ઓગસ્ટ ૧૯ ---	ડૉ કમલ કુમાર કપૂર	૨ ડિસેમ્બર૧૯૭૪
શ્રી સંજીવ કુમાર	૨૭ ડિસેમ્બર૧૯ --	શ્રી અમિત કવિ	૧૫ જાન્યુઆરી ૧૯૭૫
શ્રી અમિત સક્સેના	૩૧ ડિસેમ્બર૧૯૭	શ્રી વિક્રમ શર્મા	૨૭ ડિસેમ્બર ૧૯૮૩
શ્રી એસ રાજીન્દર અહલુવાલિયા	૨૬ ઓગસ્ટ ૧૯૬૬	શ્રી સુરેશ કુમાર ગર્ગ	૧૫ માર્ચ ૧૯૫૭
શ્રી નીતિન ગુપ્તા	૧ ડિસેમ્બર ૧૯ ---	શ્રી પ્રશાંત કપૂર	૬ નવેમ્બર૧૯૯૫
શ્રી અમિત પુરી	૧ એપ્રિલ ૧૯૭૮	અનિલ કુમાર	૧૪ એપ્રિલ ૧૯૭૫

ટિપ્પણી ૧: ઉપરોક્ત માહિતી વધુ સારી રીતે યાદ રહે અને વધુ ઝડપથી યાદ કરી શકાય તે માટે તેની મહિનાવાર સુચિ તૈયાર કરો. તે ચડતા ક્રમમાં લખો.

ટિપ્પણી ૨: જે જન્મદિવસના તારીખ, મહિના કે વર્ષ તમારા પોતાના જન્મની તારીખ, મહિના કે વર્ષની સાથે મળતા આવતા હોય તે જન્મદિવસો પણ સરળતાથી યાદ રાખી શકાય છે, દા.ત. બધા લોકો જેમની જન્મતારીખ ૨૪ છે અથવા જેમની જન્મતારીખ, મારી જન્મતારીખની જેમ જ જાન્યુઆરીમાં આવે છે.સમાન સંબંધનો વિચાર કરી કેટલીક તારીખોને સમાન જૂથમાં મૂકી શકાય જન્મ નંબરો જે ... દ્વારા

ભાગી શકાયઃ (૩) ૩,૬,૯,૧૨ (૪) ૪,૮,૧૨, ... (૬) ૬,૧૨,૧૮,૨૪, ... વગેરે -

જન્મતારીખના અંકોનો સરવાળો કે મૂળભૂત નંબર એક જ હોયછે, દા.ત. (૧,૧૦,૧૯-૧ +૯ = ૧૦ = ૧ +૦ = ૧,૨૮) (૩,૧૨,૨૧,૩૦), (૪,૧૩,૨૨,૩૧), (૫,૧૪,૨૩), (૮,૧૭,૨૪), ...

ટિપ્પણી ૩ઃ પ્રતિ વર્ષ તેમના ખાસ દિવસ પર તેમને અભિનંદન પાઠવવાની રીત સંબંધ જાળવવા માટે શ્રેષ્ઠ પુરવાર થયેલી રીત છે.પોસ્ટ દ્વારા કાર્ડ મોકલીને, ઈ-કાર્ડ મોકલીને, ફોન કરીને, ઇ-મેઇલ દ્વારા , મેસેજ દ્વારા અભિનંદન પાઠવી શકાય અથવા તે દિવસે તેમને પુષ્પગુચ્છ, ભેટ, ચોકલેટ અથવા મીઠાઈ આપી શકાય તમારા સંબંધો દરેક પસાર થતા વર્ષ સાથે વધુ દૃઢ બનતા જશે.

જાન્યુઆરી		ફેબ્રુઆરી	
શ્રીમતી મામો દેવી	૨ જાન્યુઆરી ૧૯ ---	શ્રી આદિત્ય ગુપ્તા	૨ ફેબ્રુઆરી ૧૯૮૯
શ્રી સંજય સિંઘલ	૫ જાન્યુઆરી ૧૯૭૩	શ્રી આશિષ ગોયલ	૨ ફેબ્રુઆરી ૧૯૮૨
શ્રી વિમલ જેટલી	૯ જાન્યુઆરી ૧૯૭૪	શ્રી પીયૂષ અગ્રવાલ	૬ ફેબ્રુઆરી ૧૯૭૭
શ્રી અમિત કવિ	૧૫ જાન્યુઆરી ૧૯૭૫	શ્રીમતી મધુબાલા નાગર	૯ ફેબ્રુઆરી ૧૯ ---
શ્રી વારિન્દર અગ્રવાલ	૨૪ જાન્યુઆરી ૧૯---		
શ્રી હરિન્દર સિંઘ	૨૪ જાન્યુઆરી ૧૯૫૪		
શ્રી પુષ્પેશ ધીંગરા	૨૪ જાન્યુઆરી ૧૯૭૩		
માર્ચ		એપ્રિલ	
શ્રી રમન નાગપાલ	૧ માર્ચ ૧૯૭૫	શ્રી અમિત પુરી	૧ એપ્રિલ ૧૯૭૮
શ્રી સુનિલ મદન	૭ માર્ચ ૧૯૬૧	અનિલ કુમાર	૧૪ એપ્રિલ ૧૯૭૫
કુ વિભુ અગ્રવાલ	૯ માર્ચ ૧૯૯૫	શ્રી વિશાલ મણિ	૧૫ એપ્રિલ ૧૯૭૫
શ્રી ગૌતમ સિંઘલ	૧૨ માર્ચ ૧૯૮૧	શ્રીમતી રંજના અગ્રવાલ	૧૮ એપ્રિલ ૧૯ ---
શ્રી સુરેશ કુમારગર્ગ	૧૫ માર્ચ ૧૯૫૭		
મે		જૂન	
શ્રી અવનીશ ગુપ્તા	૧ મે ૧૯૮૭	શ્રી રણજિત સિંઘ બિશ્ત	૧૪ જૂન ૧૯૮૦
બેબી દીક્ષા બજાજ	૫ મે ૨૦૦૫	શ્રી સતીષ કુમાર અગ્રવાલ	૨૫ જૂન ૧૯૭૪
શ્રી સતપાલ સિંઘભાટિયા	૨૫ મે ૧૯૬૧		

શ્રી નરેશ કુમાર બજાજ	૨૫ મે ૧૯૭૯		
જુલાઇ		ઓગસ્ટ	
શ્રી સંજય વર્મા	૧ જુલાઈ ૧૯૭૧	બેબી અનન્યા સિંઘલ	૨ ઓગસ્ટ ૨૦૧૧
શ્રી સંજય ધામ	૧ જુલાઈ ૧૯૭૩	શ્રી આયુષ અગ્રવાલ	૩ ઓગસ્ટ ૧૯૯૬
શ્રી અભિષેક સક્સેના	૫ જુલાઈ ૧૯૮૦	શ્રી કરણ ચાવલા	૧૨ ઓગસ્ટ ૧૯૮૪
શ્રીમતી નેહા ચંદેલ	૨૭ જુલાઈ ૧૯---	શ્રી રાજીન્દર એસ અહલુવાલિયા	૨૬ ઓગસ્ટ ૧૯૬૬
શ્રી વિકાસ ગુપ્તા	૮ જુલાઈ ૧૯૮૫	શ્રી ગિરીશ ભંડારી	૨૬ ઓગસ્ટ ૧૯ ---
		શ્રી મનજીત સિંહ બિશ્ત	૩૦ ઓગસ્ટ૧૯૭૮
સપ્ટેમ્બર		ઓકટોબર	
શ્રી લલિત સૈની	૨૨ સપ્ટેમ્બર ૧૯૮૧	કુ નિકિતા ગુપ્તા	૧ ઓક્ટોબર ૧૯ ---
શ્રી ચંદન પવાર	૨૩ સપ્ટેમ્બર ૧૯૭૫	ડૉ પી કે ગુપ્તા	૨૨ ઓક્ટોબર ૧૯૫૬
શ્રી રમણ દુઆ	૨૫ સપ્ટેમ્બર ૧૯૭૯	શ્રી અનિલ કુમાર મહાજન	૨૫ ઓક્ટોબર ૧૯૬૫
		શ્રી ગૌરવ ચાવલા	૩૧ઓક્ટોબર૧૯૭૯

નવેમ્બર		ડિસેમ્બર	
શ્રી પ્રશાંત કપૂર	૬ નવેમ્બર ૧૯૯૫	શ્રી નીતિન ગુપ્તા	૧ ડિસેમ્બર ૧૯ ---
શ્રી અરુણ સાગર	૨૦ નવેમ્બર ૧૯૬૮	ડો કમલ કુમાર કપૂર	૨ ડિસેમ્બર ૧૯૭૪
શ્રી રાજીવ ગોયલ	૨૬ નવેમ્બર૧૯૮૪	શ્રી કમલ કાન્ત કાલરા	૪ ડિસેમ્બર ૧૯૭૯
		શ્રી સુનિલ વાધવા	૧૮ ડિસેમ્બર ૧૯ ---
		ડો હિમાંશી વર્મા	૨૧ ડિસેમ્બર૧૯૭૩
		શ્રી સંજીવ કુમાર	૨૭ ડિસેમ્બર ૧૯ ---
		શ્રી વિક્રમ શર્મા	૨૭ ડિસેમ્બર ૧૯૭૫
		શ્રી અમિત સક્સેના	૩૧ ડિસેમ્બર ૧૯૮૩

***

તમારી સ્મરણ શક્તિ સુધારો ભાગ- ૨

જુદા જુદા શબ્દો બનાવો

નીચે લખેલાં અક્ષરો પરથી શક્ય એટલા વધુ શબ્દો બનાવો. તમારે દરેક ભિન્ન અક્ષર માત્ર એક જ વાર વાપરવાનો રહેશે. તો ચાલો, શરૂ કરો.

મહાવરો – ૧ : UABTIRTSE

BETTER	BET	BEST	BITTER	BUTTER	BAT
BED	BELT	TEST	TESTER	TESTED	TREAT
SET	SETTLE	SEAT	...	...	...

મહાવરો – ૨ : CEHTSRA

CARE	RACE	EAR	ACE	ARE	CAR
CASH	ASH	HAS	HAT	RA	CAT
TEAR	SEAT	TEACH	...	...	...

મહાવરો – ૩ : OTGAES

GOAT	GATE	TAG	STAGE	STAG	SAGE
GET	ATE	GOT	OATS	...	...

ઉદાહરણ ૧ : નીચે આપેલા ચોરસમાંથી ખાવાલાયક પદાર્થોના નામો શોધી કાઢો અને તેમના પર ગોળ કરો અથવા તેમને હાઈલાઈટ કરો.તેઓ સીધી દિશામાં આગળ કે પાછળ,ઉપરથી નીચે કે નીચે થી ઉપર અને ત્રાંસા છુપાયેલા છે.આ નામો તમે અલગ કાગળ પર પણ નોંધી શકો છો.

આજની તારીખ : --/--/--
(કૃપા કરી પેન્સિલથી લખો)

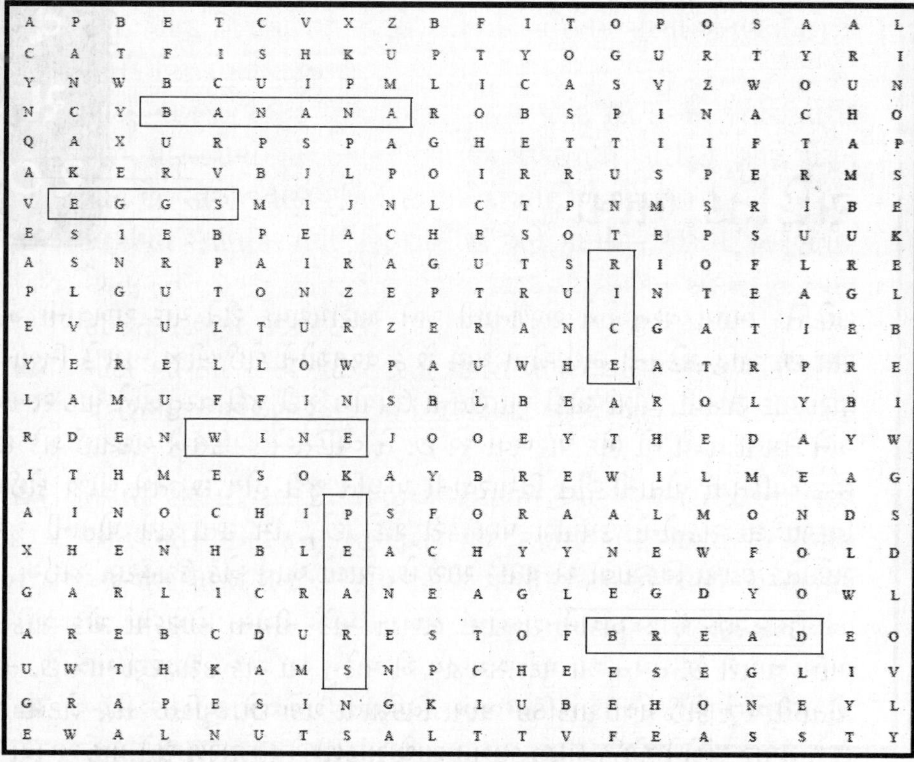

કેટલાક શબ્દો છે :

Bread, Eggs, Banana, Pears, Beef, Pizza, Apple વગેરે...

....

....

સલાહ : પ્રયત્ન કરો, પ્રયત્ન કરો અને પ્રયત્ન કરો...

***

દિવસ ૨૦

સાંકેતિક ભાષા

સાંકેતિક ભાષા વસ્તુઓને સરળતાથી અને આરામદાયક રીતે યાદ રાખવાની એક રીત છે. અહિ સંકેતનો અર્થ એવો થાય છે કે વસ્તુઓને કોઈ બીજા નામ કે નિશાની દ્વારા યાદ રાખવી. ઘણાં લોકો આ રીતનો ઉપયોગ જુદી જુદી વસ્તુઓને યાદ રાખવા અને તેમની વચ્ચે નો ભેદ પારખવા કરે છે. તે વ્યક્તિએ વ્યક્તિએ બદલાઈ શકે છે. દરેક વ્યક્તિની પોતાની રીતે વિચારવાની પધ્ધતિ જુદી હોય છે. તમે બીજા કોઈએ વિકસાવેલા સંકેતોનો ઉપયોગ પણ કરી શકો છો, તેમ છતાં તમે પોતાની જુદી સાંકેતિક ભાષા વિકસાવો એ વધારે સારું છે. ચાલો આનું એક ઉદાહરણ જોઇએ.

ઉદાહરણ ૧ : અંકોને શબ્દોમાં લખવા માટે નીચેના કોષ્ટકમાં એક સાંકેતિક ભાષા વાપરી છે. તમને આ મુદ્દો સમજાય એ માટેનું આ એક ઉદાહરણ માત્ર છે. તમે પોતાની પણ કોઈ નવી સાંકેતિક ભાષા વિકસાવી શકો છો. યુક્તિ અહિ એટલી જ છે કે તમારે અંકોને કોઈક બીજી બાબત સાથે સાંકળી તેમને સરળ રીતે યાદ રાખવાના છે. તમને અંકો અને તેમના સંકેતો વચ્ચે એક પ્રકારનું તાદાત્મ્ય કે લયબધ્ધતા જોવા મળશે.

અંકો	અંકો શબ્દોમાં	અંકો માટેના સંકેતો
1	ONE	RUN
2	TWO	WHO
3	THREE	TREE
4	FOUR	FLOOR
5	FIVE	HIVE
6	SIX	FIX
7	SEVEN	HEAVEN
8	EIGHT	WEIGHT
9	NINE	MINE
10	TEN	DEN

આજની તારીખ : --/--/--
(કૃપા કરી પેન્સિલથી લખો)

11	ELEVEN	EVEN
12	TWELVE	SHELVE
13	THIRTEEN	HURTING
14	FOURTEEN	FLOORING
15	FIFTEEN	LIFTING
16	SIXTEEN	SEEING
17	SEVENTEEN	EVENING
18	EIGHTEEN	EIGHT LANE (ROAD)
19	NINETEEN	NINTH INN
20	TWENTY	HEFTY

મહાવરો ૨ : ચાલો હવે ઉપર વિકસાવેલી સાંકેતિક ભાષાનો ઉપયોગ કરીએ. અંકો અને તેમના સંકેતો જોડી તેમને એક રેખા વડે જોડો.

અંકો	અંકો માટેના સંકેતો
TWO	HIVE
3	HEAVEN
FIVE	SEEING
SIX	LIFTING
7	EVEN
EIGHT	TREE
10	DEN
11	WHO
TWELVE	SHELVE
FIFTEEN	WEIGHT
16	NINTH INN
NINETEEN	FIX

ઉદાહરણ-૨ : અંકોને માટે સંકેતો તૈયાર કરવાનું બીજું ઉદાહરણ.
Z=0, A=1, B=2, C=3, D=4, E=5, F=6, G=7, H=8, I=9.

અંકો	સંકેતો	અંકો	સંકેતો	અંકો	સંકેતો
21	BA	36	CF	51	EA
22	BB	37	CG	52	EB
23	BC	38	CH	53	EC
24	BD	39	CI	54	ED

અંકો	સંકેતો	અંકો	સંકેતો	અંકો	સંકેતો
25	BE	40	DZ	55	EE
26	BF	41	DA	56	EF
27	BG	42	DB	57	EG
28	BH	43	DC	58	EH
29	BI	44	DD	59	EI
30	CZ	45	DE	60	FZ
31	CA	46	DF	61	FA
32	CB	47	DG	62	FB
33	CC	48	DH	63	FC
34	CD	49	DI	64	FD
35	CE	50	EZ	65	FE

તમે આ સંકેતોને નીચે જણાવેલા સંક્ષિપ્ત સ્વરૂપો દ્વારા યાદ રાખી શકો છો.

BA = British Airways　BF = Boy Friend　CG = College Girl
CA = Chartered Accountant　CD = CD player　FD = Fixed Deposit
BE = Bachelor of Electronics　DA = Delhi Airport　EZ = Easy
CH = Holiday in Canada　FA = First Attempt　... વગેરે

ઉદાહરણ : તમારે શોપિંગ કરવાની વસ્તુઓની યાદીનો પણ કોઈક અન્ય ચીજ-વસ્તુઓ સાથે સંબંધ જોડી દો.જેટલો એ સંબંધ વધુ તાર્કિક હશે એટલું તમને વધુ સારી રીતે યાદ રહેશે.

શોપિંગની યાદીમાંની વસ્તુ	સંકેત	દ્વારા યાદ રાખો
અરીસો	મારા સુંદર કેશ (જે હું રોજ સવારે જોઉં છું)	કારની આરસીમાં પડતું પ્રતિબિંબ
ડીટર્જન્ટ	તાજગીની અનુભૂતિ	પસાર થઈ રહેલા કોઈ રાહદારીનું ચકચકાટ સફેદ શર્ટ

ટૂથબ્રશ	મારા સ્વચ્છ ચળકતા દાંત	દુકાનદારના ગંદા ડાઘાવાળા દાંત
ચા	રોજ સવારની મારી મનપસંદ સુગંધ	કરિયાણાવાળાનું રોજ સવારે ચુસકી લઈને ચા પીવું
ચોકલેટ	સ્વાદિષ્ટ, મારી મનપસંદ મીઠી વાનગી	રસ્તામાં ચોકલેટ ખાઈ રહેલું બાળક
પેન્સિલની અણી કાઢવાનો સંચો	ધારદાર અણીવાળી પેન્સિલ	મારા કંપાસબોક્સમાંની પેન્સિલની બટકાયેલી અણી
દવા	મારા દાદાની જીવાદોરી	પાસે જ ખાંસી ખાઈ રહેલ કોઈ વયસ્ક
મોબાઈલ બેટરી ચાર્જર	મને મારા મોબાઈલ વગર જરા પણ ચાલતું નથી	મોબાઈલ હેન્ડસેટ દ્વારા બેટરી લો થઈ જતા વાગતા 'બીપ'નો અવાજ

દિવસ ૨૧

વિદ્યાર્થીઓ માટે ટીપ્સ

વિદ્યાર્થીઓએ એક વાત ખાસ નોંધવી જોઇએ કે અભ્યાસમાં શ્રેષ્ઠતા હાંસલ કરવા તેમજ પરીક્ષાઓમાં ઉચ્ચ ગુણાંક પ્રાપ્ત કરવા માટે સારી સ્મરણશક્તિ અનિવાર્ય છે. સમયાંતરે પ્રશ્નપત્રોની પધ્ધતિમાં ધરમૂળથી ફેરફાર આવ્યો છે અને હવે મોટા મોટા પ્રશ્નોની જગાએ નાના નાના અને વિકલ્પો ધરાવતા ઓબ્જેક્ટીવ પ્રકારના પ્રશ્નો જ પરીક્ષામાં પૂછાતા હોય છે.લગભગ દરેક પ્રકારની સ્પર્ધાત્મક પરીક્ષાઓમાંતો હવે આજ પ્રકારના પ્રશ્નો પૂછાય છે.

નવી પધ્ધતિ મનની વધુ કુશાગ્રતા અને સાવચેતી માગી લે છે. સાથે જ ઘણી સારી ઝડપ અને સચોટતાથી બધાં પ્રશ્નોના સાચા જવાબો આપવા અગત્યનું બની રહે છે. તમે જેટલા વધુ પ્રશ્નોના જવાબો આપ્યા હોય તેટલી તમારા વધુ ગુણાંક પ્રાપ્ત કરવાની શક્યતા ઉજળી બની રહે છે અને આથી વિદ્યાર્થીઓ દ્વારા પ્રાપ્ત કરાતાં ગુણાંકો વચ્ચેનો તફાવત અતિશય ઓછો હોય છે.એકાદ નાન કડી ભૂલ તેમને બીજા ઘણાં વિદ્યાર્થી ઓ કરતાં પાછળ ધકેલી દે છે.આજે અભ્યાસક્રમમાં સતત ફેરફાર સાથે સ્પર્ધાત્મક્તા દિવસે ને દિવસે વધતી જ જાય છે.આ બાબત મન પર અને તેની અસરકારક કાર્યશક્તિ પર ઘણી તાણ પેદા કરે છે.

આજની તારીખ : --/--/--
(કૃપા કરી પેન્સિલથી લખો)

પરીક્ષાઓ અને સ્પર્ધાઓ સાથે જ, જીવનના બીજા ક્ષેત્રોમાં સફળ થવા માટે પણ કુશાગ્ર

સ્મરણશક્તિ અનિવાર્ય છે. વિશ્વના દરેક મહાન અને સફળ લોકો ઘણી સારી સ્મરણશક્તિ અને ત્વરીત નિર્ણય લેવાની સમર્થતા જેવા ખાસ ગુણો ધરાવે છે.

મનોચિકિત્સકો એવું માને છે કે મોટા ભાગના વિદ્યાર્થીઓ એક સરખી સરેરાશ વિચારશક્તિ ધરાવતાં હોય છે.માત્ર જૂજ વિદ્યાર્થીઓ અતિ મંદ વિચારશક્તિ ધરાવતા હોય છે અથવા તો અતિ ઉચ્ચ બુદ્ધિઆંક ધરાવતા જોવા મળે છે.ડોક્ટરોનું માનવું એવું છે કે ધૈર્ય નો અભાવ,ચિંતાઓ,કામનો વધુ પડતો બોજ અને તાણ વગેરેને કારણે સ્મરણ શક્તિની ક્ષમતા પર ઘણી નકારાત્મક અસર પડી છે.બીબાઢાળ નિરસ દિનચર્યા અને લાંબા કામકાજના કલાકોએ એકલતા અને કંટાળા સાથે મળીને લોકોની સારી અને કાર્યક્ષમ સ્મરણશક્તિ પર વિપરીત અસર પહોંચાડી છે.

આપણે સામાન્ય રીતે ઓછા મહત્વના મુદ્દાઓને ભૂલી જતાં હોઇએ છીએ અથવા તો આપણને તે યાદ રાખવા હોતા નથી.પણ એ બધી વસ્તુઓને આપણે ક્યારેય ભૂલતા નથી જે આપણાં શોખ કે રસની હોય,જે આપણી મનપસંદ હોય.મનોચિકિત્સકોએ દર્શાવ્યું છે કે આપણા રસના મુદ્દાઓ અને આપણી બુદ્ધિ, સ્મરણશક્તિ વચ્ચે ઘણો ઘનિષ્ઠ સંબંધ છે.

બાળકોની કુશાગ્ર બુદ્ધિમત્તા તેમના રસ અને જે તે વિષયમાં તેમનાં ધ્યાન કેન્દ્રિત કરવાને લીધે અને તેમની સારી નિરીક્ષણ વૃત્તિને આભારી હોય છે. જે વિદ્યાર્થીઓ ઓછા ગુણાંક પ્રાપ્ત કરે છે અથવા પરીક્ષામાં બૂરી રીતે નાપાસ થાય છે તેમને અભ્યાસમાં રસ હોતો નથી. સારી સ્મરણશક્તિ હોવી એ વધુ વિચારશીલ અને વધુ બુધ્ધિશાળી હોવાની નિશાની છે.આથી,સારું વ્યક્તિત્વ કેળવવા માટે સારી સ્મરણશક્તિ ધરાવવી અતિ અગત્યનું છે. આથી જ ભૂલકણાં વિદ્યાર્થીઓ તેમના પાઠ

બરાબર યાદ રાખી શકતા નથી અને દૈનિક જીવનની પણ ઘણી અગત્યની બાબતો તેઓ ભૂલી જતાં હોય છે.

સારી રીતે શિખવાના તેમજ સ્મરણશક્તિને જાળવી રાખવાના અને વધુ સતેજ કરવાના કેટલાક માર્ગ નીચે દર્શાવ્યાં છે :

તમારા લક્ષ્યો પર ધ્યાન કેન્દ્રિત કરો

લક્ષ્યાંકો નિર્ધારીત કરવાં એ પ્રશંસાપાત્ર બનવાના આયોજન અને એ માટેના પ્રયત્નો કરવાની દિશામાં પ્રથમ અને સૌથી અગત્યનું પગલું છે. જ્યારે આપણી બધી જ જ્ઞાનેન્દ્રિયો ઉત્સાહ સાથે આપણાં લક્ષ્યાંક પર કેન્દ્રિત હોય ત્યારે પરીક્ષાની તૈયારી કરવા માટે સમય ફાળવવાનું અને તે માટે મહેનત કરવાનું સરળ બની જાય છે.મૂડ સુધારવામાં ઉત્સાહ સૌથી વધુ હકારાત્મક ભૂમિકા ભજવે છે. એક ઉત્સાહી વ્યક્તિ હંમેશા ઉર્જાસભર હશે અને તેના વિચારો તેમજ કામગીરીમાં તે સક્રિય હશે. આવું વલણ ધાર્યાં પરિણામ ચોક્કસ મેળવી આપે છે.

અભ્યાસમાં રસ કેળવો

અભ્યાસમાં ઉંડો રસ લઈએ તો શિખેલા પાઠ વધુ સારી રીતે સમજાય છે અને પરિણામે વધુ સારી રીતે યાદ રહે છે. કોઈ એક વિષયમાં રસ એ વિષયની દિશામાં જરૂરી મૂળ પ્રેરક બળ પૂરું પાડે છે. એનાથી તેનો સંપૂર્ણ અભ્યાસ સહજ બને છે. એનાથી તે વિષયના મૂળભૂત પાયાની વિગતો સમજાતાં તેનો અભ્યાસ સરળ બની રહે છે. એનાથી આ વિષયના સતત અભ્યાસ વધુ કલાકો સુધી કરવામાં મદદ મળે છે જે એ વિષયના અભ્યાસ માટે વધુ અર્થપૂર્ણ બની રહે છે. એનાથી તે વિષયના પુસ્તકો સાથે જોડાવામાં પણ મદદ મળે છે જેનાથી અન્ય નકામી પ્રવૃત્તિઓમાં સંડોવામાંથી પણ બચી જવાય છે. અભ્યાસ પ્રત્યેનું આવું વલણ બાળકોને વધુ પ્રશંસાપાત્ર બનવામાં અને તેમની કારકિર્દીમાં વધુ સફળ બનવાના માર્ગે લઈ જાય છે.

તમારા મગજને શાંત રાખો

મગજ સૌથી વધુ જટીલ યંત્ર છે અને સૌથી વધુ સમર્થ કુદરતી સુપર-કોમ્પ્યુટર.એ પ્રત્યેક સેકંડે અગણિત કાર્યો નોંધે છે,હાથમાં લે છે અને અસરકારક રીતે પાર પાડે છે.મગજ બિલકુલ આરામ લીધા વગર સતત કાર્યરત રહે છે,એકાદ ક્ષણ માટે પણ અટકતું નથી.અત્રે ઉલ્લેખનીય છે કે આપણને મગજ દ્વારા જે પરિણામ મળે છે તે આપણા વિચારો અને કાર્યોનું જ સીધું પરિણામ હોય છે.જો આપણે મગજને સારા અને હકારાત્મક વિચારોનો ખોરાક આપીશું તો આપણને સારા પરિણામ મળશે અને જો આપણે તેને ખરાબ અને નકારાત્મક વિચારોનો ખોરાક આપીશું તો આપણને

પરિણામ પણ નકારાત્મક મળશે.

મગજની કાર્યપ્રણાલી વિષે આટલું માહિતીપૂર્ણ વર્ણન આપવાનું કારણ તેની સમર્થતા, કાર્યપધ્ધતિ અને વપરાશ પર ભાર મૂકવાનું છે. આથી,આપણી સ્વભાવિક ફરજ છે કે આપણે તેનો ખૂબ અસરકારક રીતે ઉપયોગ કરીને આપણા કૌશલ્ય અને આવડતોને વિકસાવીએ. આમ કરવાથી આપણે સારી રીતે અભ્યાસ તો કરી શકીશું જ પણ પરીક્ષાઓમાં પણ શ્રેષ્ઠ સ્તરનો દેખાવ કરી ઉચ્ચ ગુણાંક પ્રાપ્ત કરી શકીશું.

મગજને હંમેશા ખુશ અને આનંદિત, શાંત અને મુક્ત રાખવું જોઇએ જેથી તેને આરામ મળી રહે. નહિતર તેની કાર્યક્ષમતા પર પ્રતિકૂળ અસર પડશે. જ્યારે જ્યારે મગજ શાંત હોય છે ત્યારે ત્યારે શિખવું અને યાદ રાખવું વધુ સરળ અને અસરકારક બની રહે છે. તમારી અગત્યની બાબતોની નોંધ તમારે એક ડાયરીમાં રાખવાની ટેવ પાડવી જોઇએ. ધીમે ધીમે આ ટેવ તમારા મગજને આરામ આપશે.અગાઉ મગજ દ્વારા જેનું સંચાલન થતું એવી એ બધી અગત્યની બાબતો અંગેનું દબાણ ઓછું થઈ જતાં મગજ હળવાશ અનુભવશે અને પરિણામે તમે પણ દિનપ્રતિદિન વધુ તાજગી અનુભવશો.

વિષયવસ્તુને પહેલા બરાબર સમજો

શિખવું અને યાદ રાખવું સરળતાથી ત્યારે જ થઈ શકે જ્યારે કોઈ વિષયને બરાબર સમજીને વાંચવામાં આવ્યો હોય.અને જ્યારે આપણને આવી કોઈ પણ માહિતી જોઇતી હોય ત્યારે તે સહેલાઈથી પ્રાપ્ય હોય છે જ. આપણે મગજ પર વધારાનું દબાણ આપવું જોઇએ નહિ. જ્યારે આપણે કોઈક વસ્તુ ગોખીને યાદ રાખવાનો પ્રયાસ કરીએ છીએ ત્યારે તે આપણને યાદ રહી ગઈ હોય એવું લાગે છે પણ તે થોડા સમય માટે જ યાદ રહે છે. પછીથી જ્યારે આપણે તે યાદ કરવાનો પ્રયત્ન કરીએ ત્યારે યાદ આવતું નથી કે આપણે તે સમયે શું ભણ્યા હતા. વળી આપણે તેને બીજા સંલગ્ન વિષય સાથે સાંકળી પણ શક્તા નથી અને આથી બીજાઓ કરતાં પાછળ પડતા જઇએ છીએ. આથી વિષયવસ્તુના અર્થને બરાબર સમજવો અતિ અગત્યનું છે.

વિચારો અને ઉંડાણપૂર્વક વિશ્લેષણ કરો

હંમેશા તમે જે વિષય કે મુદ્દાઓ વાંચો છો,ભણો છો કે નવા જાણો છો તે અંગે વિચારો અને તેનું વિશ્લેષણ કરો.તમે એમ પ્રિન્ટ કે ઇલેક્ટ્રોનિક માધ્યમથી કે સેમિનાર્સ,પ્રેઝન્ટેશન્સ,લેક્ચર્સ,ડીબેટ્સ કે સરળ ચર્ચાવિચારણા દ્વારા કરી શકશો. આમ કરવાથી મગજની ફળદ્રુપતા વધે છે.એનાથી તે વિષય કે મુદ્દો તેમજ તેની પાછળનો તર્ક સાવ સરળતાથી સમજાઈ જાય છે,શિખી જવાય છે અને યાદ રાખી

શકાય છે.જ્યારે તર્ક સ્પષ્ટ થઈ જાય ત્યારબાદ મગજમાં કોઈ જ પ્રકારની શંકા રહેતી નથી.અને શિખવાની પ્રક્રિયા સરળ બની જાય છે.

સારી યાદશક્તિ માટેની તરકીબો

ઉપર જણાવેલી પધ્ધતિઓ સાથે જ, અન્ય પણ કેટલીક તરકીબો અને માર્ગો તમારે અપનાવવા જોઇએ જે આ પુસ્તકમાં અન્ય જગાઓએ સૂચવ્યા છે. તમારી પરીક્ષાઓના થોડા દિવસ અગાઉ તેમનું પુનરાવર્તન કરવું પણ સારું રહેશે. તમને એમ કરવાથી અન્ય જગાએ ભટકી ન પડતાં, તમારા અભ્યાસ પર જ બધું ધ્યાન કેન્દ્રીત કરવામાં મદદ મળશે.આ રીતે તમને સારા ગુણાંક તો પ્રાપ્ત થશે જ પણ તમે બીજાઓ કરતાં આગળ પણ આવી શકશો.

ચર્ચાવિચારણા દ્વારા સ્મરણશક્તિ સુધારો

બોલવા અથવા બીજાઓ સાથે કોઈક મુદ્દા અંગે ચર્ચા કરવાથી તે વિષયવસ્તુ અંગેનું આપણું જ્ઞાન વધે છે. એનાથી વધુ સારી રીતે શિખી શકાય અને યાદ રાખી શકાય છે. અહિ પણ અગત્યનો મુદ્દો પુનરાવર્તનનો છે. ફક્ત વાંચી જવું, જોવું કે સાંભળવું કેટલીક વાર કંટાળાજનક બની રહે છે પણ એ અંગે બીજાઓ સાથે વાર્તાલાપ ઘણો ફાયદાકારક સાબિત થઈ શકે છે. જેની સાથે તમે એકસરખી વિચારધારા ધરાવતા હોવ તેવી વ્યક્તિઓ સાથે વાર્તાલાપ તો ક્યારેક હજી વધુ રસપ્રદ બની શકે છે.

સાધુઓ અને ડાહ્યા માણસો હંમેશા બીજાઓ સાથે તંદુરસ્ત ચર્ચા અને માત્ર સારા ઉમદા વિચારો જ વહેંચવાની ભલામણ કરતાં આવ્યા છે. આ રીતે આસપાસ બધે એક હકારાત્મકતા ભર્યું વાતાવરણ સર્જાય છે. હકારાત્મક ઉર્જા મગજને વધુ ઉત્તેજીત કરે છે અને પરિણામે એમાંથી બધાં માટે સારી અને આનંદદાયી લાગણીઓ જ પેદા થાય છે.

પોતાની સર્જનાત્મકતા

વ્યક્તિની સર્જનાત્મકતા તેને કોઈ પણ વિષયવસ્તુને તેની પોતાની રીતે, તેના મગજને અનુકૂળ હોય એ રીતે સમજવામાં અને તેની સાથે સંલગ્ન થવામાં મદદ કરે છે.એટલે જ કોઈક વિષયનો ધ્યાન કેન્દ્રીત કરીને કરેલો અભ્યાસ વધુ ઉપયોગી સાબિત થાય છે. જ્યારે મગજ આનંદિત અને શાંત હોય ત્યારે સર્જનાત્મકતા તેની ચરમસીમાએ હોય છે અને તે વધુ સારી સ્મરણશક્તિમાં પરિણમે છે.

નિયમિત ડાયરી લખો

ડાયરી એક અતિ અસરકારક સાધન છે જે રોજબરોજની માહિતી ટીપ્સના સ્વરૂપે નોંધી રાખી તમારા મગજને આરામ આપે છે. ઘરમાં કે ઓફિસમાં રોજબરોજના

કામોને લઈને ઉભી થતી વધારાની તાણમાંથી ડાયરી તમારા મગજને છોડાવે છે.

તમારા મગજમાં એ જ માહિતીનો સંગ્રહ થવો જોઇએ જે તમારા વ્યવસાતિક અને અંગત જીવનના સામાન્ય વ્યવહારને ચાલતા રાખવા માટે અગત્યની હોય. પરીક્ષાઓ વખતે, વ્યક્તિ તેના મગજની કાબેલિયત પર જ આધાર રાખે છે. તેનો પરીક્ષામાં દેખાવ માત્ર તેણે પોતાના મગજને કેટલી અસરકારક રીતે અભ્યાસ કરવા અને તેને યાદ રાખવા માટે કેળવ્યું છે તેના પર રહેલો છે.

વાંચો અને મોટેથી વાંચેલું ફરી બોલો

વાંચીને, લખીને અને સાંભળીને શિખી તેમજ યાદ રાખી શકાય છે.આથી,જ્યારે તમે વાંચતા હોવ ત્યારે તે એટલે મોટેથી થવું જોઇએ કે તમે એ સ્પષ્ટપણે સાંભળી શકો.આ રીતે મગજ તેને સહેલાઈથી ગ્રહણ કરી શકે છે.એ જ રીતે જ્યારે તમે કંઈક લખવામાં વ્યસ્ત હોવ,ત્યારે એ પણ એટલે મોટેથી વાંચીને લખાવું જોઇએ કે મગજ તેને સ્પષ્ટપણે સાંભળી શકે. આ રીતે શિખવા અને યાદ રાખવાની પ્રક્રિયા વધુ અસરકારક અને પૂર્ણ બને છે.

એક મુદ્દો એક જ બેઠકમાં પૂરો કરો

વિદ્યાર્થીઓએ આખું એક પ્રકરણ એક જ બેઠકમાં અભ્યાસ કરી પૂર્ણ કરવાનો પ્રયત્ન કરવો જોઇએ. આ રીતે એ વધુ અર્થસભર અને ગ્રાહ્ય બને છે. આથી એ વધુ સારી રીતે યાદ રહે છે અને તેને જરૂર પડ્યે પાછું યાદ કરી શકાય છે. કોઈ પણ પ્રકરણનો કે મુદ્દાનો જો અલગ અલગ સમયે કે ટુકડાઓમાં અભ્યાસ કરાયો હોય તો મગજને તે પાછું યાદ કરવામાં વધારે તાણ અનુભવવી પડે છે. આમ કરવામાં સમય પણ વધુ લાગે છે અને તેને સાંપ્રત મુદ્દા સાથે સાંકળવામાં પણ ઓછો અર્થ સરે છે. આમ કરવું એ મહામૂલા અને સંયમિત સમય અને મહેનતના વેડફાટ સમુ છે.

> સલાહ : કૃપા કરીને આજે આ પ્રકરણ બે થી ત્રણ વાર વાંચી જાવ. આમ કરવાથી એમાં વર્ણવેલી કેટલીક અતિ મહત્વની પધ્ધતિઓ તમારા અર્ધજાગૃત મનમાં વણાઈ જશે. આ એક ધીમી પ્રક્રિયા છે. આથી એને શક્ય એટલો વધુમાં વધુ સમય ફાળવો.

***

દિવસ ૨૨

અભ્યાસના દબાણને કઈ રીતે વેઠવું?

આ પ્રકરણ સામાન્ય માણસના જીવનમાં સતત વધી રહેલી તાણનાં સ્તરના જુદા જુદા કારણો પર ધ્યાન કેન્દ્રીત કરશે.એ વિદ્યાર્થીઓના જીવનમાં સર્જાતી આ તાણની નકારાત્મક અસરનું પણ વિશ્લેષણ કરશે.એક વાર આપણને હેરાન કરનારાં પરિબળો અંગે જાણકારી મળી જાય એ પછી તેમનો સામનો કરવાનું અને તેમનાથી છૂટકારો મેળવવાનું આપણાં માટે સરળ બની રહેશે.આપણે અહિ એ પણ જોઇશું કે અગમ્ય પરિસ્થિતી ઉભી ન થાય એ માટે કયા પગલા લઈ શકીએ તેમજ કયા પગલા લઈને આપણે આરામદાયી સ્થિતીમાં રહી શકીએ જેથી એ સુનિશ્ચિત કરી શકાય કે આપણી રોજબરોજની જિંદગીનું કામકાજ સામાન્ય રીતે ચાલતું રહે.

ચાલો પહેલા એ મુદ્દાઓ જોઇએ જ્યાં વિદ્યાર્થીઓને મુશ્કેલીઓ નડે છે અને જ્યાં તેઓ વણજોઇતી નાની નાની અડચણોમાં અટવાઈ જાય છે. આ મુદ્દાઓ છે :

સમયનું વ્યવસ્થાપન

આજની તારીખ : --/--/--
(કૃપા કરી પેન્સિલથી લખો)

એક શાળાની બધીજ પ્રવૃત્તિઓ અને કાર્યક્ષમતા મોટે ભાગે તેના સમયપત્રક પર આધારીત હોય

છે.એ જ રીતે પરીણામલક્ષી વિદ્યાર્થીઓએ પોતાના અભ્યાસ માટે એક ખાસ પધ્ધતિ ઘડી કાઢે છે જેને તેઓ કડક પણે વળગી રહે છે.

આ વિદ્યાર્થીઓ પોતાના નિયમિત અભ્યાસમાં શ્રેષ્ઠ દેખાવ કરે છે અને પોતાના લક્ષ્યાંકો સિદ્ધ કરે છે તેમજ ઉચ્ચ ગુણાંક પ્રાપ્ત કરી પ્રશંસાપત્ર બને છે.વધુ કલાકો સુધી અભ્યાસ કરવાનો અને ધીમે ધીમે આખો અભ્યાસક્રમ આવરી લેવાનો આ એકમાત્ર માર્ગ છે.જ્યારે કોઈ પધ્ધતિને અનુસરવામાં આવે છે,ત્યારે મન તણાવમુક્તિ અને શાંતિ અનુભવે છે અને વધુ કાર્યક્ષમતાથી કાર્ય કરે છે.

વ્યવસ્થિત બનો

તમારી અભ્યાસ કરવાની પધ્ધતિ વ્યવસ્થિત રીતે બનેલી હોવી જોઇએ. જ્યાં અભ્યાસ કરવા બેસતા હોવ ત્યાંનું આસપાસનું પરિસર સ્વચ્છ,સુગમ અને સુઘડ હોવું જોઇએ.આની તમારા મગજ પર સીધી હકારાત્મક અસર પડે છે.તમે જ્યાં અભ્યાસ કરવા બેસતા હોવ તે ખંડ,તમારું અભ્યાસ કરવા બેસતા હોવ એ ટેબલ,તમારા પુસ્તકો,તમારી નોટબુક્સ અને પેન્સિલ બોક્સ,કેલ્ક્યુલેટર,કોમ્પ્યુટર,સ્ટેશનરી વગેરે જેવી અન્ય મહત્વની ચીજવસ્તુઓ બરાબર ગોઠવેલી અને હાથવગી હોવી જોઇએ. જો આ નાની નાની બાબતો પ્રત્યે પહેલેથી ધ્યાન નહિ અપાયું હોય તો તે મગજમાં બિનજરૂરી ગૂંચવણ પેદા કરે છે. તે અભ્યાસ માટે અને ભણેલું યાદ રાખવા માટે જરૂરી માનસિક ઉર્જા અને સ્રોતોને અવરોધે છે.

સારું વાતાવરણ

બીજો એક મહત્વનો ઘટક છે વાતાવરણ. તે ઘણાં જુદા જુદા પાસાઓનું બનેલું છે જેમકે પરિવારના સભ્યો વચ્ચે સુમેળ અને સુસંગતતા; તમારા પાડોશીઓ,મિત્રો અને સંબંધીઓ સાથેના તમારા મૈત્રી ભર્યા સંબંધો; પ્રેમ અને આત્મસન્માન વગેરે. વાતાવરણમાં સ્વચ્છ,સુગમ અને સુઘડ તેમજ આરોગ્યપ્રદ પરિસર નો પણ સમાવેશ થાય છે જ્યાં પૂરતો પ્રકાશ અને હવાની અવરજવર હોય.આ બધા પરિબળો મનને એક હકારાત્મક પીઠબળ પૂરું પાડે છે. આ રીતે મગજ વધુ ઝડપથી અને વધુ કાર્યક્ષમતા સાથે લાંબા સમય સુધી કાર્યરત રહી શકે છે. થાકના ચિહ્નો પણ ભાગ્યે જ જોવા મળે છે.

અભ્યાસ કરવાની જુદી જુદી રીત

દરેક વ્યક્તિની અભ્યાસ કરવાની અને શિખવાની અને શિખેલું યાદ રાખવાની પોતાની સમર્થતા અને શક્તિ હોય છે અને વર્ષોના અભ્યાસ બાદ દરેક વ્યક્તિએ અભ્યાસ કરવાની પોતાની આગવી રીત પણ વિકસાવી હોય છે. કેટલાક વિદ્યાર્થી

ઓને પોતે એકલા વાંચવું અને પછી વાંચેલું મોટેથી બોલવાની આદત હોય છે,કેટલાક ધીમા સ્વરે વાંચવા ટેવાયેલા હોય છે તો કેટલાક મોટા કહી શકાય એટલા અવાજે

વાંચવા ટેવાયેલા હોય છે. તો વળી કેટલાક વાંચવા અને સાથે જ લખવાની રીત સાથે અભ્યાસ કરતા હોય છે તો કેટલાક એકમેકની સાથે વાંચવા, શિખવા અને પછી એકબીજાની મૌખિક પરીક્ષા લેતા લેતા અભ્યાસ કરતાં હોય છે.

વિદ્યાર્થીએ પોતે નક્કી કરવાનું હોય છે કે તેને કઈ રીત સૌથી વધુ અનુકૂળ આવે છે.જે પ્રમાણે સમય પ્રાપ્ય હોય તે મુજબ જુદા જુદા વિષય માટે પણ જુદી જુદી રીત હોઈ શકે છે .આનું કારણ આજના ગળાકાપ સ્પર્ધાત્મક અને ઝડપી વિશ્વમાં સમયની પ્રાપ્યતા એ મોટી મર્યાદા બની રહે છે.આથી વિદ્યાર્થીઓએ તેમને સૌથી વધુ અનુકૂળ હોય તેવી રીત તેમણે અપનાવવી જોઇએ.

સિદ્ધિઓની કલ્પના કરો

વિદ્યાર્થીઓએ તેમના માતાપિતા અને શિક્ષકોની મદદથી એવા બીજા વિદ્યાર્થીઓને મળતા રહેવું જોઇએ જેમણે અભ્યાસમાં,સ્પર્ધાત્મક પરીક્ષાઓમાં સિદ્ધી મેળવી હોય અને જેઓ ઉચ્ચ ગુણાંક પ્રાપ્ત કરી પ્રશંસાપાત્ર બન્યાં હોય.તેમણે પોતાની કારકિર્દી માં ખૂબ સફળ નિવડેલા લોકોને પણ મળતા રહેવું જોઇએ.આનાથી એ વિદ્યાર્થીઓને ખ્યાલ આવશે કે સફળતા મળવાથી કેવા ગૌરવ અને માન-સન્માન પ્રાપ્ત થાય છે. આ પ્રકારના વાર્તાલાપ તેમને વિચારશીલ બનાવશે અને બીજાઓથી આગળ હોવાની લાગણી દ્વારા તેમને આનંદિત બનાવશે.ધીમે ધીમે તેઓ પણ સમાજમાં આ પ્રકારે માન-સન્માન મેળવવાની કલ્પના કરતાં થઈ જશે.

આ પદ્ધતિ સેલ્ફ-મોટીવેશન પૂરું પાડનારી છે અને તે વિદ્યાર્થીઓને પ્રેરણા આપવામાં અતિ ઉપયોગી નિવડે છે. વિદ્યાર્થીઓ હવે વધુ ગંભીરપણે શિસ્તનું પાલન કરી પોતાના સમય અને પ્રયત્નો થકી ધ્યેયો સિદ્ધ કરવા મથે છે. પ્રેરણા વિદ્યાર્થીઓને આગળ વધવા પ્રોત્સાહિત કરે છે, તેમનામાં આત્મવિશ્વાસ જગાવે છે અને તેમને ઉર્જાસભર રાખે છે. શરૂઆતમાં આ તેમના માનસિક સ્તરે થવા પામે છે અને પછી એ શારીરિક સ્તરે તેમના પ્રયાસો વધુ સઘન બનાવી તેમને તેમના લક્ષ્યો સિદ્ધ કરવા ભણી લઈ જાય છે. આ માનસિક કે શારીરિક સ્તરે ભાંગી પડવાના ભયથી તેમને મુક્ત કરવા માટે અતિ ઉપયોગી સાબિત થાય છે. પરીક્ષાની તૈયારી સમયે જ્યારે શ્રેષ્ઠ દેખાવ કરવાનું અથવા ઉચ્ચ ગુણાંક પ્રાપ્ત કરવાનું અતિશય દબાણ હોય છે તેવે સમયે આ અતિ મહત્વનું છે.

"હું આ કરી શકીશ" એવા અભિગમ સાથે આશાવાદી બનો

જો વિદ્યાર્થીઓ પોતાની સફળતા પ્રત્યે આશાવાદી ન હોય તો કોઈ પણ પ્રકારનું ઉત્તેજન ટૂંકા સમય માટેનું અને નિરર્થક બની રહે છે. હું આ કરી શકીશ અભિગમ સમગ્ર જીવન માટે અતિ મહત્વનો છે. પણ તે ઉંમરના વિદ્યાર્થી કાળ દરમ્યાન જ વિકસવો જોઇએ કારણ આ વર્ષો દરમ્યાન વિદ્યાર્થીઓ ઉર્જા, સામર્થ્ય અને બળથી સભર હોય છે. તેઓ પોતાની યોજનાઓને અમલમાં મૂકી શકે છે અને નવા પડકારો પણ ઝીલી શકે છે અને પોતાની સફળતાનો ક્યાસ વારેઘડીએ કાઢી શકે છે.

સતત નવું નવું શિખતા રહો

શાળા એક એવી જગા છે જે વિદ્યાર્થીઓને અનેક રીતે ઘડે છે.એ વિદ્યાર્થીઓને એવું એક પ્લેટફોર્મ પૂરું પાડે છે જેના થકી તેઓ તેના સ્રોતો,સુવિધાઓ,કૌશલ્યો અને શૈક્ષણિક સ્ટાફના જ્ઞાનનો ઉપયોગ કરી શકે છે. હવે વિદ્યાર્થોના હાથમાં છે કે તેઓ કેટલું સંશોધન કરે છે, કેટલાં પ્રયોગો કરે છે અને તેના થકી કેટલી નવી વસ્તુઓ શીખે છે. આ પ્રકારની આવી બધી સિદ્ધીઓ વિદ્યાર્થિઓને બીજાઓ કરતાં આગળ આવવામાં મદદ કરે છે. એ તેમને સંતોષની લાગણીનો અનુભવ કરાવે છે અને તેમને વધુ અને યોગ્ય દિશામાં વિચારપૂર્વકની મહેનત કરી સફળ થવાની પ્રેરણા આપે છે.

પૂરતા આરામ અને ઉંઘ લો

તમારી જાતને પૂરતા આરામ અને ઉંઘ આપો.સામાન્ય રીતે એવું મનાય છે કે એક સામાન્ય માણસને ૬ - ૮ કલાકની તૂટ્યા વગરની ઉંડી ઉંઘ શાંત મગજ અને શરીર માટે પૂરતી છે.પણ ઉંઘવાના કલાકો વ્યક્તિએ વ્યક્તિએ બદલાઈ શકે છે.આથી તમારે તમારા પોતાના શરીરની જરૂરિયાત મુજબ ઉંઘ અને આરામ લેવા જોઇએ અને નહિકે

બીજાઓ તમને જે કહે છે તેમ.પણ તમારે એ પણ ધ્યાનમાં રાખવું જોઇએ કે તમે તમારા અભ્યાસ કરવાના કલાકો ઘટાડીને જરૂર કરતા વધારે નથી ઉંઘતા.વધુ પડતી ઉંઘ મગજને આળસુ અને નિસ્તેજ બનાવી દે છે.આથી અહિં સંતુલન પણ ખૂબ જરૂરી છે.

પૂરતા ઉંઘ અને આરામ મગજની લાંબા કલાકો સુધી અભ્યાસ કરવાની,શિખવાની તેમજ યાદ રાખવાની ક્ષમતા અને શક્તિમાં ઘણો સુધારો આણે છે.અને પરીક્ષા વેળાએ એ સ્પષ્ટ રીતે અને ઝડપથી વસ્તુઓને યાદ કરવામાં મદદ કરે છે.આ મગજ પરની તાણ ઘટાડવાનો પણ એક અકસીર ઉપાય છે.જ્યારે ઉંઘ અપૂરતી મળી હોય ત્યારે વિદ્યાર્થીઓની ચિંતા અને મૂંઝવણમાં પણ અનેક ગણો વધારો થાય છે.ઉંઘતા પહેલા પથારીમાં આડા પડ્યા વખતનો સમય ખરી ઉંઘનો સમય ગણાય નહિ. વિદ્યાર્થીઓએ ઉંડી ઉંઘ માટે પોતાની જાતને સઘળી ચિંતાઓથી મુક્ત કરી દઈ શાંત અને હળવા થઈ જવાનો પ્રયત્ન કરવો જોઇએ.

તાણ ને ટાળો અને હળવા રહો

ભણેલું ઝડપથી અને લાંબા ગાળા માટે યાદ રાખવા વિદ્યાર્થીઓ માટે લાંબા કલાકો સુધી શાંત ચિત્તે અભ્યાસ કરવો જરૂરી છે. આ માટે તેમણે વચ્ચે વચ્ચે વિરામ લેવો પણ જરૂરી છે. નહિતર, ચિંતાઓ તેમને ઘેરી વળશે અને તેમના રોજબરોજના કામકાજ પર તેની બૂરી અને વિનાશક અસર પહોંચશે. તેઓ આનાથી મૂંઝવણ ભરી સ્થિતીમાં મૂકાઈ જશે અને હેરાન પરેશાન થઈ જશે. અહિ કેટલીક તરકીબ સૂચવી છે જે બધાંજ વિદ્યાર્થીઓને મદદકર્તા નિવડશે.તમને યોગ્ય લાગે તે યુક્તિને તમે અન્ડરલાઈન પણ કરી શકો છો જેથી તમે એને પાછળથી ફરી જોઈ અને વાંચી શકો.

આ કરો :

- બની શકે તો,તમારો ઓરડો બંધ રાખીને અભ્યાસ કરવા બેસો જેથી શક્ય એટલી ઓછી ખલેલ પડે અને વણજોઈતા અવાજો વિઘ્નરૂપ ન બને.
- પ્રકાશની દિશા અને તેનો સ્રોત તમારી આંખમાં સીધા ન આવે એ રીતે અભ્યાસ કરવા બેસો.એનાથી આંખોને થાક સામે રક્ષણ મળે છે.
- કાગળની ગુણવત્તા અને છાપકામ સારા હોવા જોઇએ.તો મગજની ગ્રહણશક્તિ તેજ અને સ્પષ્ટ થઈ જાય છે. બને ત્યાં સુધી વાંચવા અને લખવા માટે સફેદ કાગળનો ઉપયોગ થવો જોઇએ. તે થોડો જાડો પણ હોવો જોઇએ જેથી એક બાજુ એ લખેલું બીજી બાજુ ઉપસી ન આવે. દરેકેદરેક અક્ષર અને શબ્દના ફોન્ટ સ્પષ્ટ છપાયેલા હોવા જોઇએ જેથી ઝડપથી અને સ્પષ્ટ રીતે વાંચી શકાય અને ખોટું વાંચવાનો કે ખોટું સમજવાનો અવકાશ ન રહે.

- તમારો અભ્યાસ તમારી પારિવારીક જવાબદારીઓ નિભાવી લીધા બાદ શરૂ કરો જેથી પછી વચ્ચે બિનજરૂરી લાંબા વિરામને ટાળી શકાય.
- વચ્ચે માત્ર ૩ - ૫ મિનિટનો ટૂંકો વિરામ લો જ્યારે અચાનક તમને ઉંઘ આવવા માંડે,તમારી આંખો ભારે લાગવા માંડે,તમને કંટાળો આવે કે નિરસ લાગવા માંડે અથવા તમે જે વાંચી રહ્યા હોવ તે અસ્પષ્ટ લાગે કે સમજાતું નથી એમ લાગે.
- લક્ષ્યાંકોને ધ્યાનમાં રાખી,આ નાનકડા વિરામમાં વિદ્યાર્થીઓએ પોતાની જાતને શોર્ટકટમાં રીફ્રેશ કરતા રહેવું જોઇએ. જેમકે મનપસંદ એવી કોઈ વાનગી ખાઈને અથવા ગરમ કે ઠંડુ પીણું પીને (સાદું પાણી શ્રેષ્ઠ વિકલ્પ છે) અથવા તાજા ફળોનું કે શાકભાજીનું જ્યુસ પીને.યોગાસન અથવા પગના અંગૂઠાને અડવા કે ડાબેજમણે વાંકા વળવુ એવી કોઈ હળવી અંગ કસરત પણ કરી શકાય અથવા અભ્યાસખંડમાં જ આંટા મારી શકાય અથવા આસપાસ નજીકમાં આંટો મારવા જઈ શકાય. તમારા હાથ,પગ અને ચહેરાને સ્વચ્છ તાજા પાણીથી ધોઈ તમે તરોતાજા પણ થઈ શકો વગેરે.
- બીજો એક ટૂંકો પણ અતિ અસરકારક રસ્તો આ પ્રમાણે છે - શાંતિથી લગભગ ૧૦ - ૧૨ ઉંડા શ્વાસ લો, ૫ - ૧૦ સેકન્ડ સુધી તેને પકડી રાખો અને પછી ધીમે ધીમે તેને છોડો. આ કરતી વખતે તમારા અર્ધજાગૃત મનને એવી લાગણી કરાવો કે જાણે તમારી બધી ચિંતાઓ,મૂંઝવણો,તાણ અને થાક પણ ઉચ્છ્વાસ વાટે બહાર ફેંકાઈ રહ્યાં છે.
- આ તરકીબ દ્વારા આપણાં મગજ અને શરીરને મળતા ઓક્સીજનનો પુરવઠો વધી જાય છે આથી લોહીનાં શરીરમાં પરિભ્રમણમાં સુધારો થાય છે.
- બીજો એક અતિ અસરકારક રસ્તો છે મોટેથી અને અનિયંત્રીત રીતે લગભગ ૧૦ થી ૧૨ વાર મોટેથી એક સાથે હસવાનો.આમ કરતી વખતે તમારા હાથ ઉપર તરફ લઈ જવા.
- શરૂઆતમાં તમને આ થોડું રમૂજી લાગશે અને કદાચ તમને અન્યો સામે તેની શરમ પણ આવશે.પણ આમ કરવાનાં પરિણામ આશ્ચર્યજનક મળે છે. જ્યારે કોઈક વ્યક્તિ ખુશ હોય છે અને મોટેથી હસે છે ત્યારે મગજ ખાસ પ્રકારના હોર્મોન્સનો સ્ત્રાવ કરે છે અને શરીરમાં જતા ઓક્સીજનનું પ્રમાણ પણ વધી જાય છે જેનાથી મગજને ચિંતાઓ અને થાકમાંથી મુક્તિ મળે છે.
- ભલે અહિં હાસ્ય કૃત્રિમ રીતે નિષ્પન્ન કરાયું હોય છે પણ અહિ કેટલીક ક્રિયાઓ કુદરતી રીતે થાય છે.બીજું એનાથી ફેફસા પણ શુદ્ધ થાય છે જે શરીરને મળતાં ઓક્સીજનનું પ્રમાણ વધારે છે અને શરીરમાંથી ખરાબ

વાસ અને તત્વો બહાર ફેંકે છે.ભીડભાડવાળા રસ્તાથી દૂર કોઈ બગીચામાં લીલાછમ ઝાડની નીચે આ ક્રિયા કરવામાં આવે તો તેનાથી મળતું પરિણામ શ્રેષ્ઠ હોય છે.

- એક નાનકડું સ્નાન શરીર અને મનને ઉર્જાથી ભરી દે છે.પાણી ઓક્સીજનનું બનેલું છે જે માનવ શરીરની જીવાદોરી સમાન છે.આથી શરીર અને મન બંને સ્નાન પછી તાજગી અનુભવે છે.બીજું,સ્નાન શરીરને પસીના,માટી અને બીજી કોઈ પ્રકારની દુર્ગંધથી મુક્ત કરે છે. ત્રીજું,તે શરીર પરના ત્વચાના છીદ્રોને ખુલ્લા કરે છે જેથી ચોખ્ખી હવા શરીરમાં જતાં તે તાજગી અનુભવે છે.

- વિષયો,મુદ્દાઓ કે પ્રકરણો સમયાંતરે બદલાતા રહેવા જોઇએ જેથી વિદ્યાર્થીઓ કંટાળી કે થાકી ન જાય.ઘણી વાર,એકનો એક વિષય લાંબા સમય સુધી ભણ્યા બાદ વાંચેલું મગજમાં ઉતરવાનું બંધ થઈ જાય છે.આથી સક્રિય રહેવા માટે,સમય બચાવવા માટે,કંટાળાથી બચવા માટે અને રસ અને પ્રેરણાના સ્તર જાળવી રાખવા માટે વિષયોને બદલતા રહેવા જોઇએ.

આ ન કરો

- તાજા થવા માટે લેવામાં આવતાં વિરામ પાંચ મિનિટથી વધુ અવધિના ન હોવા જોઇએ. નહિતર જે વિષયનું ભણી રહ્યા હોઇએ તેનું અનુસંધાન મગજમાં જળવાતું નથી.
- આ વિરામ મિત્રો સાથે ગપ્પા મારવાનો સમય નથી,પ્રત્યક્ષ પણ નહિ કે ફોન અથવા ઇન્ટરનેટના માધ્યમથી પણ નહિ.એનાથી અભ્યાસમાં મોટું નડતર પેદા થાય છે.આ વિરામ મનોરંજન માટે નથી લેવાનો,પણ એ અભ્યાસ

કરતી વેળાએ અભ્યાસના બે તબક્કાઓ વચ્ચેનો અવકાશ માત્ર છે.

- ભારે કસરતને લાંબા ગાળા સુધી ન કરો નહિતર શરીર થાકી જશે અને મનને પણ આરામ લેવાની ઇચ્છા થતાં ઉંઘ આવવા લાગશે.
- ક્યારેય તંબાકુ,સિગરેટ કે બીડી,આલ્કોહોલ,ડ્રગ્સ વગેરેનું સેવન કોઈ પણ પ્રકારે કરવું નહિ.વિદ્યાર્થી કાળ તમારા શરીર અને મનના વિકાસનો તબક્કો છે.તેને એ દરમ્યાન સારી વસ્તુઓનું સેવન કરાવો.ઉપર જણાવેલ બધી હાનિકારક વસ્તુઓ તમારા શરીરને ભારે નુકસાન પહોંચાડે છે જેની અસર ઉંમરના પાછલા તબક્કે જોવા મળે છે.આ બધાથી દૂર જ રહો.
- ચા,કોફી કે ઠંડા પીણાંના સેવનની પણ ચોક્કસ મર્યાદા હોવી જોઇએ અને તે પણ ઓછી માત્રામાં.આ બધા પદાર્થો શરીરને ડીહાયડ્રેટ કરી નાંખે છે અને ઓક્સીજનના લોહીમાં પ્રમાણને ઓછો કરી નાંખે છે.

વિદ્યાર્થીઓએ આ કરવાની અને નહિ કરવાની બાબતોની કાળજી પોતે જ રાખવાની છે.એનો ભંગ તેમના માટે નુકસાનકારક સાબિત થઈ શકે છે.બીજું કોઈ એકાદ પદ્ધતિ સાથે અનુકૂળ હોય એ જોઈ તે પદ્ધતિ પોતાના પર થોપવાની ભૂલ કોઈએ કરવી જોઇએ નહિ.આપણું શરીર અને મગજ ભગવાન દ્વારા સર્જાયેલું અને દરેક ને ભેટમાં મળેલુ એક સુપર કોમ્પ્યુટર છે.તેની પવિત્રતા જળવાવી જોઇએ અને તેનું વ્યવસ્થિત ધ્યાન રખાવું જોઇએ.તો જ આપણે અભ્યાસ પર પૂર્ણ ધ્યાન આપી શકીશું અને સારા ગુણાંક પ્રાપ્ત કરી શકીશું.

હળવું ભોજન લો

ઘણી વાર આપણે જે ખાઈએ છીએ તે આપણને આળસુ,ઉંઘણશી અને પ્રમાદી બનાવી દે છે.જો વધુ પ્રમાણમાં અથવા લાંબા લાંબા સમયે ખાઈએ તો આ અસર બેવડાય છે.આથી,હળવું ભોજન જમવું જોઇએ અને સામાન્ય રીતે લેવાતાં ૨-૩ મોટા ભોજન એક દિવસમાં લેવાની સરખામણીએ નાના નાના ભોજન ૪ - ૫ વાર લેવા જોઇએ.આ પ્રકારની વ્યવસ્થા તમને તરોતાજા,ઉર્જાસભર અને આખો દિવસ સક્રિય રાખશે.તે પાચન પણ સુધારશે જેને પરિણામે પેટમાં દુખાવા અને એસીડીટી કે હ્રદયમાં બળતરા જેવી સમસ્યાઓ પણ ટાળી શકાશે.

ઘેર બનેલું ખાવાનું જ પસંદ કરો.શારીરીક અને માનસિક કાર્યો માટે જરુરી બધાં જ તત્વો એમાં સમાયેલા હોય છે.મહેરબાની કરીને શેરી પર કે હોટલમાં વેચાતા બધાં જ પ્રકારના જંક ફુડ અને ફાસ્ટ ફુડને બને ત્યાં સુધી ટાળો.કોઈક વાર મૂડ બદલવા તે લેવાય તો વાંધો નહિ પણ તેની આદત ન પાડશો.

તમારા શરીરમાં જતાં મીઠું અને સાકરનાં પ્રમાણ પર પણ ધ્યાન આપો.જો આ બે

પદાર્થો વધુ માત્રામાં લેવાય તો તે શરીરને નુકસાન પહોંચાડી શકે છે.તમે સાંભળ્યું હશે 'અતિ સર્વત્ર વિનશ્યતે'. વધુ પડતી ચોકલેટ્સ,ટોફીસ કે સાકરમાંથી બનતાં ગળ્યા પદાર્થો દરેક ઉંમરે શરીર માટે હાનિકારક સાબિત થાય છે.તે જ રીતે,ફાસ્ટ ફુડ,જંક ફુડ અને બીજા સંગ્રહી રાખેલા ખોરાક મીઠું અને અન્ય હાનિકારક પ્રિઝર્વેટીવ્સ ધરાવતાં હોય છે.આવા ખોરાકનું વધુ પડતું સેવન નુકસાનકારક છે.આથી આ બધી વસ્તુ ખાતી વખતે સંયમ રાખો.

૧૦-૧૫ મિનિટ માટે હળવી શારીરીક કસરત

કસરત શારીરીક કામકાજ માટે અતિ મહત્વની છે.શરીરમાં રક્તાભિસરણ માટે તેમજ લોહી મગજ સુધી પહોંચે એ માટે કસરત સારી છે.આ કસરત એવી હોવી જોઇએ કે જે શરીરનાં બધાં જ અંગોનું હલનચલન કરાવે.બની શકે તો દરરોજ અથવા એક દિવસ છોડીને નિયમિત રીતે ૧૫ - ૩૦ મિનિટ સુધી કસરત કરવી જોઇએ.પણ તેનાથી શરીરને તાણ કે શ્રમ પડવા જોઇએ નહિ. નહિતર મર્યાદિત માનસિક તાકાત એને આરામ આપવામાં ખર્ચાઈ જશે અને તે તમારા અભ્યાસક્રમના સમયપત્રકને ખલેલ પહોંચાડશે.

એરોબિક્સ અને સ્વિમીંગ પણ કરવા જોઇએ પણ અઠવાડિયામાં એક કે બે વાર.રજા કે અડધી રજાને દિવસે એકાદ કલાક માટે તમે તે કરી શકો છો.આ બંને કસરત મનને આરામ પણ પૂરો પાડે છે.આમ આ બંને કસરતો ઘણા સારા 'સ્ટ્રેસ બસ્ટર્સ' પણ બની રહે છે.શાંતિથી આરામદાયક સ્થિતીમાં કરેલ સ્વિમીંગ એક પ્રકારનું મેડીટેશન છે.

૧૦-૧૫ મિનિટ માટે ઝોકું (વામકુક્ષી)

૧૦-૧૫ મિનિટની અવધિ માટે લીધેલી નિદ્રાને ઝોકું (વામકુક્ષી) કહે છે.ટૂંક સમયમાં શરીર અને મન બંનેને ઉર્જા અને તાજગીથી ભરી દેવા તે લેવામાં આવે છે અને તે લીધા બાદ વ્યક્તિને નિદ્રામય કે આળસુપણાની લાગણી થતી નથી.તે બપોરના જમણ પછી લેવાવું જોઇએ જ્યારે તમને અચાનક ભારે ઉંઘ આવતી હોય એવું લાગે છે.આ સમયે ઝોકું ખાઈ લેવાથી નિદ્રાનું વર્તુળ સંતોષાઈ જાય છે જેથી શરીરને જોઇતો આરામ મળી રહે છે.

બપોરના જમણ પછી ઝોકું શરીર અને મન બંને માટે ચમત્કારીક સાબિત થાય છે. તે લીધા બાદ વ્યક્તિ એવી તાજગી અનુભવે છે જે તેણે સવારમાં ઉઠ્યા બાદ અનુભવી હોય. હવે તે ફરી બાકીના દિવસ માટે એટલા જ ઉર્જા અને ઉત્સાહ સાથે કામ કરવા તૈયાર હોય છે. આ જ અમે વિદ્યાર્થીઓને પણ સૂચવીએ છીએ. વિશ્વમાં

ઘણી એવી ઓફિસો છે જ્યાં સ્ટાફ માટે બપોરના જમણ પછી ઝોકા માટે અલાયદો રૂમ ફાળવાયો હોય. આ અંતે તો કંપની માટે વધુ સારી ઉત્પાદક્તામાં પરિણમે છે અને સ્ટાફના તાણના સ્તરને ઘટાડે છે.

સ્વનિરીક્ષણ

પોતાનું નિરીક્ષણ એટલે પોતાની જાતની ચકાસણી.ભૂલ કરવી એ માનવમાત્રનો સ્વભાવ છે. પણ તેને ઓળખવી અને સુધારવી એ મનુષ્યના પોતાના હાથમાં છે.આ માટે પોતાનું નિરીક્ષણ જરૂરી છે.આ ત્યારે જ શક્ય બને છે જ્યારે વ્યક્તિ પોતાના વિચારોમાં એકલો જ બેઠો હોય છે,ઉંડું વિચારે છે અને પોતાની ક્રિયાઓનું સંપૂર્ણપણે નિરીક્ષણ કરે છે.

કેટલાક બીજા પણ ઉપાયો છે જે અજમાવી વિદ્યાર્થીઓ તેમના અભ્યાસમાં વધુ ધ્યાન આપી શકે છે.

કોઈક વિશ્વાસુ વ્યક્તિ સાથે તમારી ચિંતાઓ વિષે ચર્ચા કરો: કોઈક વિશ્વાસુ વ્યક્તિ સાથે તમારા વિચારો,ચિંતાઓ અને રોજબરોજની પ્રવૃત્તિઓ વહેંચવા અને તેમના અંગે ચર્ચા કરવાથી તમને ઘણી રાહત અનુભવાશે.એનાથી તમારા લાગણી તંત્રને પણ આધાર મળશે અને પરિણામે તમને ઓછી તાણ અને મૂંઝવણનો અનુભવ થશે.આ તમને એક નવી દિશા પણ આપશે અને તમને પજવી રહેલી સમસ્યાઓને જોવાનો એક નવો દ્રષ્ટીકોણ મળશે. તમને ત્રસ્ત કરી રહેલી બિનજરૂરી ચિંતાઓ જેના કારણે ઉદભવી રહી હોય તેવા વિચારભેદને પણ તે સ્પષ્ટ તારવશે.આ રીતે તમે વિચારવાનો એક પાકટ માર્ગ વિકસાવી શકશો અને તેનાથી જીવન પ્રત્યેનો તમારો અભિગમ વધુ હકારાત્મક બનશે.

લાંબા સમય સુધી એકલા કે ખાલી ન બેસી રહો: આવી સ્થિતી તમારી મુશ્કેલીઓમાં વધારો કરે છે અને તમારા મગજમાં વણજોઇતી ચિંતાઓ,મૂંઝવણો અને બેચેની ઉભા કરે છે.તે તામારા અભ્યાસ પર પણ ખૂબ બૂરી અસર પહોંચાડે છે.આથી એ સલાહભર્યું છે કે તમે હંમેશા થોડો સમય તમારા મિત્રો સાથે વ્યતિત કરો,નજીકના બાગમાં લટાર મારવા જાઓ,રમતો રમો અથવા કોઈ સામાજિક કાર્યમાં સહભાગી બનો.

આ દ્વારા તમે તમારો સમય બીજાઓની સાથે પસાર કરી શકશો અને આમ એકલા રહેવામાંથી કે ખાલી બેસવામાંથી બચી જશો.એનાથી તમે કોઈ પ્રવૃત્તિમાં વ્યસ્ત રહેશો,ખુશ રહેશો અને સંતોષ પામશો.પરિણામે તમારું મન પણ પરોવાયેલું,તાજા અને નવા નવા વિચારો,સમાચાર અને યુક્તિઓથી ભર્યું ભર્યું રહેશે.

આરામ કરો: જ્યારે જ્યારે કોઈ મુશ્કેલી કે ચિંતા ઉભી થાય અને તમારા મગજમાં

વંટોળ ઉભું કરે ત્યારે થોડો આરામ કરી લેવો સલાહભર્યું છે.એ આરામ ઝડપી સ્નાન કે સ્વિમિંગના સ્વરૂપમાં પણ હોઈ શકે છે.તમે થોડી વાર માટે ઉંઘી પણ જઈ શકો છો.આવી પ્રવૃત્તિઓ મગજને ત્વરીત આરામ અને શાંતિ આપે છે.તેનાથી મગજની નસો પણ હળવી થાય છે અને ચિંતા ઘણી હદે ઓછી થાય છે.

જ્યારે મગજ શાંત હોય ત્યારે સમસ્યાના ઉકેલ આપોઆપ સૂઝે છે.આવી સ્થિતીમાં કેટલાક લોકોને સિગરેટ પીવાનું સૂઝે છે તો કેટલાક લોકો વાઈન કે વ્હીસ્કીનું પણ સેવન કરે છે.આમ કરવાથી તેમને એવું લાગે છે કે તેઓ હળવાશ અનુભવે છે પણ વાસ્તવિક રીતે એ તેમની સમસ્યામાં વધારો જ કરે છે.વળી એ તમારા સ્વાસ્થ્ય માટે પણ હાનિકારક છે અને આવે તાણને સમયે ઇન્ટોક્સીકેશન તમારા મગજમાં વધુ ગૂંચવણ જ પેદા કરે છે.આ તમારા દ્વારા ખોટા નિર્ણય લેવામાં પણ પરિણમી શકે છે.

ફરવા જાઓઃ તમારા વધુ સમય અને વિશ્લેષણ માગી લેતી સમસ્યાઓ માટે તમે લાંબો વિરામ લો એ વધુ સલાહભર્યું અને યોગ્ય છે.તમારી અનુકૂળતા અનુસાર એક ટૂંકી ટ્રીપ કે પિકનિક કુટુંબ કે મિત્રો સાથે એકાદ-બે દિવસ માટે યોજી શકો.આ એક કુદરતી પ્રક્રિયા છે જે આપણાં બધાં માટે ચમત્કારીક સાબિત થાય છે.જો કે તમે તમારા દૈનિક જીવનની ઘટમાળથી ૪ - ૫ દિવસ માટે સાવ દૂર થઈ જાવ તો પણ સારું.આમ કરવાથી તમારા મગજને પ્રવર્તમાન મુશ્કેલીઓથી છૂટકારો મેળવવા ઘણો સમય મળી રહેશે.પશ્ચાદભૂમિમાં તમારું અર્ધજાગૃત મન પરિસ્થિતીનો સંપૂર્ણતાથી ક્યાસ કાઢશે અને આ મુશ્કેલીઓ નિવારવાના ઉકેલ ગોતી કાઢશે.

એક સાથે એક જ કામ હાથમાં લોઃ ઘણી વાર એવી પરિસ્થિતી સર્જાય છે કે જ્યારે આપણે માથે એક પછી એક કામોનો ઢગલો થતો જાય છે અને હાથમાં રહેલું કામ પણ પાછળ ધકેલાઈ જાય છે. આવા સંજોગોમાં તમારો મિજાજ કે ધીરજ ક્યારેય ગુમાવશો નહિ અને અકળાશો નહિ. માત્ર થોડાં જ આયોજન સાથે અને સમયના વ્યવસ્થાપન સાથે બધાં જ કાર્ય પૂરાં થઈ જશે.

જ્યારે કોઈ નવું કાર્ય તમને સોંપાય છે ત્યારે હંમેશા તેને હકારાત્મક અભિગમ સાથે સ્વીકારો. આ મગજને ખૂબ સંતોષકારક સંદેશો આપે છે. એ વધુ પડતું કાર્યશીલ થઈ જતાં અટકે છે અને શાંત અને સ્થિર રહે છે. પહેલાં જે જે જરૂરિયાત છે તે જોઇ જાઓ અને કામ માટેના સૂચનો નો અભ્યાસ કરી લો, તેમને અગ્રતા ક્રમ પ્રમાણે ગોઠવી દો અને એક પછી એક કામ આટોપવા માંડો. આ રીતે મગજ ઘણી સહજતાથી બધાં જ કાર્યો ઘણી ઝડપથી પૂરા કરી શકશે.

મહત્વના ન હોય તેવા મુદ્દાઓ અને ગપશપને ન ગણકારોઃ આ વસ્તુઓરૂપી કચરાથી

ભરેલું મગજ ભટકી જાય છે અને ખલેલ પામે છે.આથી બને ત્યાં સુધી આ વસ્તુઓ ટાળવી. તમારા માર્ગમાં આવતી આવી બધી અડચણોથી બચવા વધુ નમ્ર અને પાકટ અભિગમ અપનાવો.

બીજાઓની બાબતમાં દખલગિરી ન કરો : ઘણાં લોકોમાં જોવા મળતું આ સામાન્ય લક્ષણ છે.અજાણતા તેઓ બીજાઓની બાબતોમાં દખલ કરવા લાગે છે અને તેમનું પોતાનું જીવન પણ અવ્યવસ્થિત બનાવી દે છે.આ એક સાંકળ પ્રક્રિયા સમાન છે અને તે મોટીને મોટી જ થતી જાય છે.આ તેમનાં મગજમાં બિનજરૂરી કચરો ભેગો કરે છે જેનાથી થોડા સમય બાદ બચવું પણ મુશ્કેલ બની જાય છે.આ એક કુદરતી પ્રક્રિયા છે.આથી તમે ઉપદેશક કે મધ્યસ્થી બની બીજાઓના જીવનમાં દખલગિરી કરવાનો પ્રયાસ કરશો નહિ.એને બદલે તમારા માટે તમારાં લક્ષ્યો પર જ ધ્યાન કેન્દ્રીત કરવું બહેતર રહેશે જેથી તમે આ લક્ષ્યો હાંસલ કરી શકો.

બોલો ઓછું અને સાંભળો વધારેઃ આ અન્ય એક મહત્વનો પાઠ છે જે આખા જીવન માટે ઘણો ઉપયોગી સાબિત થાય છે.સૌ પહેલાં,એ તમારી અતિ ઉપયોગી ઉર્જા બચાવે છે જે અંતહીન લવારા કરવામાં તમે વેડફી નાંખો છો.બીજું,એ તમારા મગજ પર બિનજરૂરી ભાર ઉભો કરે છે.તે મગજને બૂઠ્ઠું બનાવી દે છે જે થોડા સમય બાદ અભ્યાસ કરી શકતું નથી.

ત્રીજું તમે તમારાં ઉંડામાં ઉંડા વિચારો અને રહસ્યો છતા કરી દો છો જે તમારે કોઈને કહેવા ન જોઇએ.ચોથું,વધુ સાંભળીને તમે તમારી જાતને ડહાપણભર્યાં વિચારો અને બીજાઓના જ્ઞાન અને અનુભવમાંથી શિખવા જેવી મહત્વની વાતો શિખવાની તક આપો છો.અને છેલ્લે જે વધુ સાંભળે છે તે હંમેશા સમાજની દરેક વ્યક્તિ પાસેથી માન અને મહત્વ પામે છે.

ભગવાન પણ ઇચ્છે છે કે આપણે બોલીએ ઓછું અને સાંભળીએ વધુ.તેથી જ તેણે આપણને બે કાન આપ્યા છે જેનાથી આપણે વધુ સાંભળી શકીએ પણ એક જ મોઢું આપ્યું છે જેનાથી આપણે ઓછું બોલી શકીએ.

હકારાત્મક વિચારો - હકારાત્મક કામ કરો : દરેક વ્યક્તિ પોતાના જીવનમાં સારા અને માઠા પ્રસંગોમાંથી પસાર થાય છે.આ એક સતત ચાલતી પ્રક્રિયા છે.ખરાબ પ્રસંગોમાં કોઈક મહત્વના કામ માં વિલંબ કે તેનું રદ થઈ જવું અથવા પોતાના નજીકના પરિવારજનનું મૃત્યુ જેવા પ્રસંગોનો સમાવેશ થાય છે.તમે પણ એક દિવસ મૃત્યુ પામવાના જ છો.અહિં સંદેશ એ છે કે તમારે કોઈ દુઃખદ ઘટના બને ત્યારે પણ એ રીતે જ જીવવું જોઇએ જેમ તમે રોજબરોજની જિંદગીમાં સામાન્ય રીતે જીવો છો. જીવન ક્યારેય અટકવું જોઇએ નહિ.તમારે હકારાત્મક્તા કેળવવી જોઇએ અને જીવન

પ્રત્યે સારો અભિગમ અપનાવવો જોઇએ.ધીમે ધીમે વેદના અને દુઃખો દૂર થઈ જશે.

મુશ્કેલીઓનો શાંતિ અને ધીરજથી સામનો કરો : વિશ્વમાં કોઈ પણ પ્રકારની મુશ્કેલી કે પડકાર એ રીતે ઉકેલી શકાય છે કે તેનાં પરિણામ આપણા હિતમાં હોય.પણ વ્યક્તિ પાસે આ માટે બે ચીજ હોવી જોઇએ શાંતિ અને ધીરજ. જે વ્યક્તિ મુશ્કેલીઓ નો ધીરજપૂર્વક,વિચારીને અને શાંતિથી સામનો કરે તે,વધુ હિંમતવાન અને વિકટ પરિસ્થિતી પર કુશળતાથી કાબુ મેળવનાર હોય છે.આવી વ્યક્તિ અધીરાઈ કે હતાશામાં નિર્ણય લેવાનું ટાળી શકે છે જેથી આના દ્વારા તેને નુકસાન થાય નહિ.આવી વ્યક્તિ જીવનમાં ખૂબ સફળ થાય છે.

સંકુચિત મનના ન બનો : જે વ્યક્તિ પોતાના અભિગમમાં જિદ્દી,અભિમાની અથવા સંકુચિત મનની હોય તે ક્યારેય સાચા અર્થમાં જીવનને માણી શકતી નથી.તે સફળ કે શ્રીમંત હોય તો પણ પોતાના માર્ગમાં આવતી નાની નાની ખુશીની ક્ષણોને માણી શકતી નથી. આ બધું મનમાં હોય છે.એક સામાન્ય માણસના કલ્યાણ અને સંતોષમાં પણ હકારાત્મક અભિગમ ઘણો મોટો ભાગ ભજવે છે.તેનું મગજ સક્રિય,તંદુરસ્ત અને ખુશ રહે છે જે શ્રેષ્ઠ કામ કરીને સારા પરિણામ મેળવવા માટે અતિ અગત્યનું છે.

સલાહ : આજના આ મુદ્દાઓ ત્રણથી ચારવાર, ફરી ફરી વાંચો.તે તમારું જીવન બદલી નાખશે.

***

મહાવરો સત્ર -૩

તમારી કલ્પના શક્તિ વિકસાવો

- તમારા મનપસંદ ગીત માટે કોઈક સંગીતના વાદ્ય પર નવી તરજ બેસાડો.
- તમારી કલ્પનાશક્તિ દ્વારા નવી વાનગી બનાવવાનો પ્રયાસ કરો.
- એવી ગાડીની કલ્પના કરો જે બરફથી સડક ઢંકાઈ જાય ત્યારે ઉડી શકે.
- નવા પ્રકારના સુરક્ષા કવચ બનાવવાનું વિચારો જે વધુ મોટાં હોય અને વજનમાં વધુ હલકાં હોય જેનાથી કુદરતી આફતો સમયે વધુ વ્યક્તિઓના જીવ બચાવી શકાય.
- મોબાઈલ ફોન,ટી.વી. ના રીમોટ કન્ટ્રોલના સાધન અથવા તેમની બેટરીના બીજાં વધારાના ઉપયોગો વિક્સાવવા અંગે વિચારો.
- વપરાઈ ગયેલા,ફાટેલા તૂટેલા કપડાં,જૂતા કે અન્ય કાગળ કે લાકડામાંથી બનેલી વસ્તુઓનું રી-સાઈકલિંગ કરવાની નવી નવી રીતો વિશે વિચારો.

તમારી નિર્ણયશક્તિ સુધારવાની રીતો

- એકાદ નાનકડી ખિસ્સામાં રહી જાય એવી ડાયરી કે નાનું નોટપેડ બનાવી તેમાં રોજ નોંધ લખવાની શરૂઆત કરો.
- કોઈક કામ ચોક્કસ તારીખે કરવાનું બોલ્યા હોવ તો તે એ જ તારીખે ઉપાડો.
- નિર્ણયો લેતી વખતે તમારા પાછલાં નિર્ણયો અને અનુભવોનો સંદર્ભ લો.
- પહેલાં,તમને પરેશાન કરી રહેલી સમસ્યાને સાચા અર્થમાં સમજો અને પછી તેનો ઉકેલ શોધવા પ્રયત્ન કરો.

નિર્ણયો લેતી વખતે ધ્યાનમાં રાખવા જેવી બાબતો

- ક્યારેય નિર્ણયો ઉતાવળમાં કે સમયના અભાવને કારણે લેશો નહિ.
- ક્યારેય બીજાઓના દબાણમાં આવી જઈ નિર્ણયો લેશો નહિ.
- જે તે વિષયવસ્તુના દરેકે દરેક પાસાઓનો વિચાર કર્યા વગર ક્યારેય નિર્ણયો લેશો નહિ.

આજની તારીખ : --/--/--
(કૃપા કરી પેન્સિલથી લખો)

- તમે શરાબનું સેવન કર્યું હોય કે તમે થાકી ગયા હોવ અથવા તમને ઉંઘ આવતી હોય તેવી સ્થિતીમાં ક્યારેય નિર્ણયો લેશો નહિ.

તમારી એકાગ્રતા સુધારવાની રીતો

- જ્યારે તમે એકલા હોવ,તમારી આંખો બંધ કરો,ધીમેથી ઉંડો શ્વાસ લો અને ધીમેથી શ્વાસ છોડો.આ ક્રિયા ૫ - ૧૦ વાર ફરી કરો.
- જ્યારે જ્યારે શક્ય હોય ત્યારે ત્યારે એક સાથે માત્ર એક જ ક્રિયા કરો.
- હાથમાં લીધેલા કામ પરથી તમારા ધ્યાનને ભટકવા ન દો.
- હંમેશા ટટ્ટાર બેસો અને ભણતી કે કામ કરતી વખતે સ્થિર ટેબલ અને ખુરશીનો ઉપયોગ કરો.
- હંમેશા સ્વચ્છ અને સુઘડ કપડા પહેરો જેથી તમને તેમાં આરામદાયક લાગે.
- હંમેશા હળવું ભોજન લો.
- વધારે પડતું તૈલી,મસાલાવાળું,ઠંડું ખાવાનું કે બહારનું ફાસ્ટ ફુડ ટાળવાનો પ્રયત્ન કરો.
- નિયમિત સ્નાન કરવાથી તમારા શરીર અને મન બંને તાજા રહે છે.
- મોટે ભાગે કુદરતી પ્રકાશનો ઉપયોગ કરો.
- તમારા ઉંઘવાના કલાકો સાથે ક્યારેય બાંધછોડ કરશો નહિ.
- જીવન પ્રત્યે સાદો અને હકારાત્મક અભિગમ અપનાવો અને અનુસરો.

તમારું નિરીક્ષણ સુધારવાની એક ખાસ રીત - મેડિટેશન

- આંખો ખુલ્લી રાખીને કરાતું મેડિટેશન - તમારાથી ૨-૩ મીટર દૂર હોય તેવી સ્થિર વસ્તુ પર તમારી આંખો કેન્દ્રીત કરો.
- આંખો બંધ રાખીને કરાતું મેડિટેશન - સ્થિર અને ટટ્ટાર બેસો. હવે એક ધીમો ઉંડો શ્વાસ લો.પછી ધીમેથી શ્વાસ છોડો.આ ક્રિયા ૩ - ૫ વાર ફરી કરો. સ્થિર,શાંત અને પ્રવૃત્તિરહીત બેસી રહો. કંઈજ કર્યા વગર મૌન બેસી રહો. કોઈ જ વસ્તુ પર ધ્યાન કેન્દ્રીત ન કરો. ફક્ત અંધારા અને શાંતિનો અનુભવ કરો.
- બની શકે ત્યાં સુધી શાંત જગાએ મેડિટેશન કરો. શરૂઆતમાં આ ખૂબ મહત્વનું છે. અને જો કદાચ એ જગાએ કોઈક પ્રકારનો અવાજ થતો હોય તો તેને માણો અને તેને તમારા મગજમાંથી પસાર થઈ જવા દો. તેને રોકવાનો પ્રયાસ કરશો તો તમે વધુ ખલેલ પામશો.આથી તેને તમારામાંથી પસાર થઈ જવા દેવો બહેતર છે. આ રીતે તમે વધુ આરામમાં અને શાંત રહી શકશો જે તમને પરમ શાંતિના અહેસાસ તરફ દોરી જશે.

અહિં જણાવ્યા મુજબ મેડિટેશન કર્યા બાદ હવે તમે તમારા મનને ગમે ત્યાં મેડીટેટ કરવા તૈયાર કરી નાંખ્યુ છે.

જુદા જુદા શબ્દો બનાવો

નીચે લખેલાં અક્ષરો પરથી શક્ય એટલા વધુ શબ્દો બનાવો. તમારે દરેક ભિન્ન અક્ષર માત્ર એક જ વાર વાપરવાનો રહેશે. તો ચાલો, શરુ કરો.

મહાવરો - ૧ : **R A H C E S O K T N**

SEARCH REACH CARE RACE CAKE TAKE
TOKEN ... ...

મહાવરો - ૨ : **A P P R O P R I A T E**

RATE PIRATE ATE TEAR ROPE EAR
REAR ... ...

સાંકેતિક ભાષા

સાંકેતિક ભાષા વસ્તુઓને સરળતાથી અને આરામદાયક રીતે યાદ રાખવાની એક રીત છે. અહિ સંકેતનો અર્થ એવો થાય છે કે વસ્તુઓને કોઈ બીજા નામ કે નિશાની દ્વારા યાદ રાખવી.

મહાવરો - ૧ :ચાલો હવે ઉપર વિકસાવેલી સાંકેતિક ભાષાનો ઉપયોગ કરીએ. અંકો અને તેમના સંકેતો જોડી તેમને એક રેખા વડે જોડો.

અંકો		અંકો માટેના સંકેતો
TWO		HIVE
3		HEAVEN
FIVE		SEEING
SIX		LIFTING
7		EVEN
EIGHT		TREE
10		DEN
11		WHO
TWELVE		SHELVE
FIFTEEN		WEIGHT
16		NINTH INN
NINETEEN		FIX

મહાવરો - ૨ : અહિં તમારે ખૂટતાં શબ્દો કે સંકેતો લખવાના છે.

સંખ્યા	સંખ્યા માટેની સંજ્ઞા	સંખ્યા	સંખ્યા માટેની સંજ્ઞા
	TREE	SEVEN	
FOUR		EIGHT	
	WHO		MINE
ONE		5	
	HURTING		EVENING
	FIX		SHELVE
TEN			SEEING
	FLOORING	FIFTEEN	
	HEFTY		HEAVEN
NINETEEN		18	

મહાવરો- ૩: અહિં નીચેના ટેબલમાં લખેલી સંજ્ઞાઓ સામે તમારે ખૂટતી સંખ્યાઓ લખવાની છે અથવા લખેલી સંખ્યા સામે ખૂટતી સંજ્ઞા લખવાની છે.આખું ટેબલ પૂર્ણ થયા બાદ તમારા જવાબો ચકાસી લો.

સંખ્યા	સંજ્ઞા	સંખ્યા	સંજ્ઞા	સંખ્યા	સંજ્ઞા
38	CH		CF	BD	
	BB	55			EB
40	DZ		BE	CG	
54		38		53	EC
	BG		EA	42	
43		23	BC		FA
39	CI		44	EF	
26		30	CZ		33
	EG	FC		41	
45		58	EH	34	CD

29	BI		47		FZ
	EZ	FE		DI	
28		32	CB		35
	CA		46	FD	
62	FB	EI			48

<u>ઉદાહરણ ૩ :</u> તમારા શોપિંગ લિસ્ટમાંની વસ્તુઓનો સંબંધ અન્ય કોઈક વસ્તુ સાથે પ્રસ્થાપિત કરો.

શોપિંગ લિસ્ટ	સંકેત	આ વસ્તુ દ્વારા યાદ કરો
	My Beautiful Hair (as seen every morning)	Refl ection in a Car Mirror
DETERGENT	Feeling of Freshness	
TOOTHBRUSH		Dirty Teeth of the Shopkeeper
TEA	My Favourite Aroma Every Morning	
CHOCOLATE		A Child Eating Chocolate on the Way
	Sharp Pencil Tip	Broken Tip of My Pencil in the Geometry Box
MEDICINE	Lifeline of My Grandfather	
	I Cannot do without My Mobile	Low Battery Beep by the Mobile Handset

***

દિવસ ૨૪

મેડીટેશન - સફળતાની ચાવી

મેડીટેશન સૌથી કુદરતી રીતે મગજને આરામ આપવાનો અનોખો અને સાવ સરળ માર્ગ છે.આજકાલ મેડીટેશન સૌ કોઈ દ્વારા અપનાવાઈ રહેલી સારવાર પદ્ધતિ છે.પણ સૌથી વધુ લોકો આપમેળે બની બેઠેલા અનેક ગુરુ-બાબાઓ દ્વારા શિખવાડાતી આ પદ્ધતિ વિષે ગેરસમજ ધરાવે છે કે તેની ખોટી રીતે રજૂઆત કરાઈ છે. મહેરબાની કરીને આમાંથી કેટલાક લાલચુ લોકોના પ્રચાર કે ઉપદેશની જાળમાં સપડાઈ તમે ગુમરાહ થશો નહિ.પણ આ સંદર્ભે તમારી જાતે થોડું સંશોધન કરી તેમની સચ્ચાઈની

ખાતરી કરજો.કોઈ પણ વ્યક્તિ કે સંસ્થા સાથે જોડાતા પહેલા તમને આ પદ્ધતિ માફક આવે છે કે નહિ તેની ખાતરી પણ કરી લેજો.

દરેક માણસને એક વિશિષ્ટ મગજ,ઘણી મજબૂત આંતરિક તાકાત અને ઉર્જાની ભેટ મળેલી છે.જ્યારે માણસ મેડીટેશન કરવાની શરૂઆત કરે છે ત્યારે આ ઉર્જા છૂટ્ટી થાય છે અને એ તેને જીવનમાં પ્રગતિના માર્ગે કુદરતી રીતે આગળ વધવા માર્ગદર્શન પૂરું પાડશે.

આજની તારીખ : --/--/--
(કૃપા કરી પેન્સિલથી લખો)

આથી કોઈ ગુરુ કે પંથની રાહ જોયા વગર કે જરા પણ વિલંબ કર્યા વગર જેટલું શક્ય હોય એટલું જલ્દી મેડીટેશન કરવાનું શરૂ કરી દો.વાસ્તવિક રીતે એમાં કોઈની મદદની જરૂર નથી.તે અતિ સરળ અને તેનું આચરણ પણ સાવ સહજ છે.

મેડીટેટ કઈ રીતે કરશો?

દરરોજ થોડી ક્ષણો માટે બને ત્યાં સુધી સ્નાન કર્યા બાદ કે સ્વિમ કે કસરત બાદ કંઈ જ કર્યા કે વિચાર્યા વગર તમારી આંખો બંધ કરીને બેસો.સરસ મજાના સ્નાન પછી તમારા શરીર અને મન તાજા હોય છે અને એકમેક સાથે કુદરતી લય-તાલમાં હોય છે.તમે ખુરશી પર પણ બેસી શકો છો કે જમીન પર પલાંઠી વાળીને પણ બેસી શકો છો અથવા સ્થિર ઉભા પણ રહી શકો છો.યાદ રાખો તમે જ્યારે પણ મેડીટેશન કરી રહ્યા હોવ ત્યારે તમારી પીઠ કોઈ પણ સ્થિતીમાં સીધી ટટ્ટાર હોવી જોઇએ.

આખું શરીર તંગ સ્થિતીમાં નહિ પરંતુ યોગ્ય મુદ્રામાં આરામદાયી સ્થિતીમાં હોવું જોઇએ.મેડીટેશન શિખતી અને કરતી વખતે શરૂઆતના દિવસોમાં સ્વનિરીક્ષણ પોતાની મેળે જ થાય છે. એ કુદરતી પ્રક્રિયા છે. મેડીટેશન જ્યારે એકાંતમાં કે કોઈ જ અવાજ કે પ્રવૃત્તિ વગરની જગાએ કરવામાં આવે તો વધુ અસરકારક બની રહે છે. મેડીટેશનની અન્ય રીતો પણ હોવા છતાં આ રીત સૌથી વધુ અસરકારક છે જે સૌથી ઓછો સમય લે છે અને ગુણાત્મક તેમજ જીવનભર સારા પરિણામ આપનારી છે.

મેડીટેશન અને સ્વનિરીક્ષણ એકબીજા સાથે સંકળાયેલા છે.સ્વનિરીક્ષણ એટલે પોતાના વિચારો અને કર્મોનું અર્ધજાગૃત મન દ્વારા વિશ્લેષણ.જ્યારે મેડીટેશન દરરોજ કરવામાં આવે છે ત્યારે શરૂઆતની થોડી ક્ષણો દરમ્યાન જ સ્વનિરીક્ષણ થાય છે. ઉપયોગી વસ્તુઓનો સંગ્રહ અને નકામી માહિતી ભૂંસાઈ જવાની પ્રક્રિયા આપોઆપ થાય છે. આ છે આપણા મગજનો જાદુ.

જ્યારે મગજ વિચારો અને ચિંતાઓથી મુક્ત થઈ સ્પષ્ટ બની જાય છે ત્યારે તે અગમની દિશામાં સહજ અને સીધા પ્રવાસની શરૂઆત કરે છે.આ અવસ્થા એવી છે જ્યારે મેડીટેશન આપમેળે શરુ થઈ જાય છે.આ એક કુદરતી પ્રક્રિયા છે.બસ શાંતિથી અહિતહિ ભટક્યા વગર અને કંઈજ કર્યા વગર બેસી રહો.બસ પ્રવાહમાં તણાયા કરો. આ નવી મળેલી પરમાનંદની પ્રત્યેક ક્ષણને મન ભરીને માણો.અહિં સુધી પહોંચવાની આ એકજ રીત છે.મગજમાંથી કચરો,વિચારો,યુક્તિઓ,ચિંતાઓ કે તણાવ દૂર કર્યા વગર સીધા એની શરૂઆત થઈ શકે નહિ.

મેડીટેશન એ મનને તેની અર્ધજાગૃત અવસ્થા સુધી લઈ જવાની પ્રક્રિયા છે જેથી મન સાથે સંકળાયેલી સઘળી પ્રક્રિયાઓ ધીમે ધીમે મંદ પાડી શકાય. આ રીતે આપણે આપણા મનને થોડો આરામ અને શાંતિ આપીશું.જો આપણે દરરોજ મેડીટેશન કરી

શકીએ તો રોજેરોજ આપણે મનમાંથી નકામી વસ્તુઓ બહાર કાઢી ફેંકી શકીશું. ભલે એ શાંતિ થોડી ક્ષણો માટેની જ હોય પરંતુ એનાથી બહુ મોટો ફેર પડે છે.એ મનને સરળતાથી અને કાર્યક્ષમતાથી કામ કરતાં માનસિક શક્તિઓને બાંધી રાખનાર અગણિત વિચારો અને ચિંતાઓમાંથી મુક્ત કરવામાં મદદ કરે છે.

જો તમે દૈનિક ધોરણે મેડીટેશન કરવાની શરૂઆત કરો તો તમે ટૂંક સમયમાં જ તમારા જીવનમાં થઈ રહેલાં હકારાત્મક ફેરફારોને અનુભવશો. એ તમારાં વિચારમાં સ્પષ્ટતા રૂપે,અભ્યાસમાં કે નવી વસ્તુઓ શિખવામાં હોઈ શકે છે.એ તમને વસ્તુઓ યાદ રાખવામાં અને માહિતીને પાછી યાદ કરવામાં,તેનું વિશ્લેષણ કરવામાં અને મુશ્કેલીઓ હલ કરવામાં,અન્ય વ્યક્તિઓ સાથે સંબંધ રાખવાના કૌશલ્ય વગેરે માં પણ ખૂબ મદદ કરશે.

મેડીટેશનની બીજી પણ એક પદ્ધતિ લોકોને સૂચવવામાં આવે છે.આ પદ્ધતિમાં તમારે કોઈક વસ્તુ પર આંખો ખુલ્લી રાખીને ધ્યાન કેન્દ્રીત કરવાનું હોય છે.એ બધાં લોકો જેઓ આંખો બંધ રાખીને મેડીટેટ કરી શકતા નથી તેમને આંખો ખુલ્લી રાખીને મેડીટેશન કરવાની આ પદ્ધતિ સૂચવવામાં આવે છે.

અહિં લોકોને કોઈ એક ચોક્કસ વસ્તુ પર ધ્યાન કેન્દ્રીત કરવાનો નિર્દેશ અપાય છે.એ પ્રજ્વલિત મીણબત્તીની જ્યોત હોઈ શકે છે અથવા તો દિવાલ પરનું એકાદ કાળું ટપકું હોઈ શકે છે.આ બંને ૨-૩ મીટરના અંતરે આંખોને સ્પષ્ટ રીતે દેખાઈ શકે એ પ્રમાણે હોવા જોઇએ.

નજીકમાં કોઈ પણ પ્રકારનું હલનચલન કે અવાજ હોવા જોઇએ નહિ જેથી બરાબર ધ્યાન કેન્દ્રીત થઈ શકે.થોડા મહાવરા બાદ એ સરળ બની રહે છે.

અહિં અગત્યનો મુદ્દો એ છે કે તમે બીજી બધી પ્રવૃત્તિઓમાંથી તમારી જાતને અળગા કરી દો છો,ખાસ સ્થિતીમાં શાંત બેસો છો અને એક વસ્તુ પર ધ્યાન કેન્દ્રીત કરો છો.આ પદ્ધતિ અસરકારક જણાય છે પણ મગજ અહિં હજુ પણ કાર્યરત હોય છે.બીજું મગજનું શુદ્ધિકરણ હજી થયું નથી હોતું.શરૂઆતમાં આ પદ્ધતિ કામ કરતી જણાય છે.પણ ધીમે ધીમે લોકોનો રસ તેમાંથી ઘટતો જણાય છે જ્યારે ઘણાં દિવસો બાદ પણ તેમને હકારાત્મક પરિણામ જોવા મળતું નથી.આ ઘણું સાહજિક છે.જ્યારે તમે કોઈક પ્રવૃત્તિના હકારાત્મક પરિણામો જોવા માંડો છો ત્યારે તમારું મગજ તેને ભવિષ્યમાં પણ અનુસરવા પ્રેરણા પામે છે.

મેડીટેશન પ્રક્રિયાને પૂર્ણ કરવાના ચાર પગથિયા છેઃ

પહેલું મગજનો દૈનિક ઘરેડથી અને પ્રવૃત્તિઓથી થોડી ક્ષણો માટે સંપર્ક કાપી નાખો.

બીજું સ્વચ્છ થઈ જાઓ અને નકામી વસ્તુઓથી મગજને મુક્ત કરી દો જે માનસિક શક્તિઓનો વ્યય થતો રોકી તેમને મુક્ત કરે છે.

ત્રીજું મગજને શાંત કરી દો અને નવીનતમ માનસિક શક્તિઓને વધુ ઉપયોગી એવા ઉદ્દેશો ભણી વાળી દો.

ચોથું ધીમે ધીમે શરીરના ઉર્જા કેન્દ્ર એવા સાત ચક્રોને શુદ્ધ,સક્રિય અને ઉર્જાન્વિત કરવા.

આ રીતે શરીર અને મગજ બંને નો લય પૂર્ણ રીતે સુસંગત થાય છે.આનાથી વર્ષો સુધી જમા થયેલા શારીરિક અને માનસિક સમસ્યાઓનો ઉકેલ આવવામાં પણ મદદ મળે છે. ન્યુરોલોજિકલ સમસ્યાઓને આનો સૌથી વધુ લાભ મળે છે જેના સારા પરિણામો થોડાં જ દિવસોમાં જોવા મળે છે.

મેડીટેશન એ કોઈ ધાર્મિક વિધી કે રુઢીગત પરંપરા ન હોવાને કારણે તેના કોઈ નીતિનિયમો નથી.પણ તે કરતા પહેલા કેટલાક સરળ સાવચેતી ભર્યા પગલાં ધ્યાનમાં રાખવા જોઇએ જેથી તે કર્યા બાદ વધુ હકારાત્મક લાગણી અનુભવી શકાય, જે આ પ્રમાણે છે :

તમારા ડોક્ટરનો સંપર્ક કરો : જો તમે કોઈ પણ પ્રકારની શારીરિક બિમારીથી પીડાઈ રહ્યાં હોવ અથવા જો લાંબા સમય સુધી એક જ સ્થિતીમાં બેસવા કે ઉભા રહેવાને કારણે તમે કોઈ પણ પ્રકારની અસુવિધા અનુભવો. પણ યાદ રાખો કે મેડિટેશન કરતી વખતે તમારી પીઠ ટટ્ટાર જ હોવી જોઇએ.

વાતચીત કરો : એવી વ્યક્તિઓ સાથે જે લાંબા સમયથી મેડિટેશન કરી રહી હોય. તમને તેમની પાસેથી મેડિટેશનના ફાયદા જાણવા મળશે,એનાથી તમે સૂક્ષ્મદૃષ્ટિ કેળવશો અને કદાચ એનાથી નવી દિશાઓ પણ ખુલશે.

મેડિટેશન આરામદાયી જગાએ કરાવું જોઇએ : એ જગાએ કોઈજ પ્રકારની ગંદી વાસ આવતી ન હોવી જોઇએ,અતિ ગરમી કે અતિ ઠંડી ન હોવી જોઇએ,અસહ્ય ભેજ કે બાફ ન હોવા જોઇએ,અતિ પ્રકાશિત કે સાવ અંધારી ન હોવી જોઇએ. ટૂંકમાં, મેડિટેશન જે જગાએ કરવાનું હોય તે આરામદાયી અને તમને માફક આવે એવો ઓરડો હોવો જોઇએ.અથવા એ જગા બાગમાંનો કોઈક ખૂણો કે તળાવ,નદી કે પાણીના ધોધ નજીક પણ હોઈ શકે છે પણ ત્યાં કોઈ પ્રકારનો ઘોંઘાટ કે અન્ય અંતરાય ન હોવા જોઇએ.

જ્યારે તમે ઠીક ન હોવ ત્યારે મેડિટેશન કરવાનું ટાળો : જ્યારે તમે બિમાર હોવ

કે અન્ય કોઈ કારણ સર ઠીક ન હોવ અથવા જ્યારે તમારા શરીર કે મન અતિશય થાકી ગયા હોય ત્યારે યોગ્ય આરામ મળવો જરૂરી છે.આવી પરિસ્થિતીમાં વિરામ લાંબે ગાળે ફાયદાકારક સાબિત થાય છે.

સલાહ : મેડિટેશન સફળ અને સુખી જીવનની ચાવી છે.આથી સંપૂર્ણ એકાગ્રતા સાથે મેડિટેશન કરવાનું શિખો.

***

દિવસ ૨૫

નોંધો તૈયાર કરવી

નોંધ એટલે આખા પ્રકરણો,અન્ય મહત્વનાં અને પરચૂરણ મુદ્દાઓ વગેરેનો સાર.એ આખા વિષયવસ્તુનો ટૂંકા સ્વરૂપમાં લખેલો સાર છે. નોંધો તૈયાર કરવામાં આવે છે જેથી પરીક્ષાના દિવસો દરમ્યાન પુનરાવર્તન અને તૈયારી સરળ બની રહે.એ દિવસોમાં સમય અતિ મહત્વનો અને મર્યાદિત હોય છે. નોંધો મર્યાદિત સમયને બચાવવામાં અને તેનો સદુપયોગ કરવામાં મદદ કરે છે.પરીક્ષાના દિવસોમાં આખા અભ્યાસક્રમને વાંચવો શક્ય બનતું નથી.

આ સમયે માત્ર ખાસ પસંદિત,નોંધો વાંચવી જોઇએ જે આખા અભ્યાસક્રમમાંથી સાર રૂપે તૈયાર કરાયેલી હોય છે.એ મગજ પરનો બોજો પણ ઘટાડે છે.પરીણામની તેમજ પરીક્ષામાં દેખાવની ચિંતા અને સખત દબાણને લીધે મન ભારે તણાવયુક્ત જ હોય છે.આથી નોંધો અતિ મહત્વની છે અને સારી રીતે શિખવામાં અને શિખેલું યાદ રાખવામાં તે અતિ અગત્યનો ભાગ ભજવે છે.આનાથી વાંચેલી માહિતી ફરી યાદ કરવાનું ઝડપી બને છે, લખવાની ઝડપ વધે છે,પરીક્ષામાં સારા ગુણાંક પ્રાપ્ત થાય છે અને પ્રશંસાપાત્ર બની રહેવાની તકો વધુ ઉજળી બને છે.

નોંધો તૈયાર કરવી

હંમેશા ધારદાર અણી વાળી પેન્સિલ વાપરો જેથી અક્ષરો સારા નિકળે અને પછીથી લખેલું સારી રીતે વાંચી શકાય અને જો લખવામાં કોઈ ભૂલ થાય કે કંઈ સુધારો કરવો હોય તો પણ સહેલાઈથી ભૂંસીને ફરી પાછું લખી શકાય.સ્વચ્છ સફેદ રંગના કાગળ પર લખેલું કંઈ પણ મન પર ઘણી સારી છાપ છોડી જાય છે.શિખવાનું ઘણું ઝડપી બની રહે છે.આથી હલકી ગુણવત્તા ધરાવતું કે રંગીન કાગળ ટાળવું જોઇએ.પેન દ્વારા લખીને તૈયાર કરાયેલી નોંધ અને પાછળથી કરેલી છેકછાક શિખવાની પ્રક્રિયા પર ઘણી ખરાબ અસર કરે છે.

- તમારું મગજ અભ્યાસ સાથે સંકળાયેલી ન હોય એવા દરેક બાહ્ય વિચારોથી મુક્ત અને તરોતાજા હોવું

આજની તારીખ : --/--/--
(કૃપા કરી પેન્સિલથી લખો)

જોઇએ.એનાથી ચોક્કસ થઈ જશે કે પાછળથી શિખેલું ફરી યાદ કરવાનું સારું અને ઝડપી બને છે.

- સૌપ્રથમ આખું પ્રકરણ ધીમેથી અને શાંતિથી વાંચી જાવ,તેની એક એક લીટી સમજો,તે જેટલું અઘરું જણાય તેના પ્રમાણમાં તેને બે થી ત્રણ વાર વાંચી જાવ.
- હવે તમને બધા મુદ્દાઓનો સાર સમજાઈ ચૂક્યો હશે.હવે,સાર ને ધ્યાનમાં રાખીને પ્રકરણ ફરી પાછું વાંચવાની શરૂઆત કરો અને મહત્વના મુદ્દાઓ એક પછી એક નોંધવા માંડો.
- નોંધો પોઇન્ટ્સ સ્વરૂપે લખાવી જોઇએ.પોઇન્ટ્સ તેમના પર માત્ર ઉપલક દ્રષ્ટી નાંખીને પણ સરળતાથી વાંચી શકાય છે. નોંધો જો ફકરા સ્વરૂપે લખાઈ હોય તો શિખવાની પ્રક્રિયા ધીમી પડી જાય છે અને ભણવામાં વાર લાગે છે.આવી નોંધ ઉતાવળે વાંચતા વધુ મૂંઝાવનારી બની રહે છે.
- પોઇન્ટ્સને જો ઘાટ્ટા અને અન્ડરલાઈન કરી કોઈક શિર્ષક પણ આપવામાં આવે તો તે વધુ અસરકારક અને ઉપયોગી બની રહે છે.
- નોંધો એ રીતે તૈયાર કરાવી જોઇએ કે જે લખનારને પોતાને સરળતાથી સમજાય.પછીથી પરીક્ષાનાં અને તેની તૈયારીનાં દિવસો દરમ્યાન આવી સરળ રીતને કારણે અભ્યાસક્રમનું પુનરાવર્તન ઘણાં ઓછા સમયમાં થઈ જવામાં મદદ મળે છે.
- તમારા પાઠ્યપુસ્તકમાં જ તમે મહત્વના પોઇન્ટ્સ નીચે લીટી દોરી શકો છો અથવા તેને અલગ રંગે હાઈલાઈટ કરી શકો છો.આ રીતે અલગ તારવેલા પોઇન્ટ્સની બાજુમાં અગત્યની ટૂંકી નોંધ પણ લખી શકો છો.બને ત્યાં સુધી લીટી દોરવા માટે પેન્સિલ જ વાપરો કારણ તે મગજને ઓછામાં ઓછી ખલેલ પહોંચાડે છે.
- જ્યાં આખો ફકરો મહત્વનો હોય ત્યાં બાજુમાં નાનકડી નિશાની કરો.તેનાથી પુસ્તક સ્વચ્છ રહે છે.મન માટે પણ તેનું પુનરાવર્તન આરામથી કરવાનું સરળ બની રહે છે.
- જે પુસ્તકો કે અભ્યાસની સામગ્રી પુસ્તકાલયમાંથી ઉછીની કે મિત્રો અથવા અન્ય સ્ત્રોતો પાસેથી લાવ્યા હોવ તેમાં ક્યારેય કોઈ પ્રકારની નોંધ કે નિશાની કરવી નહિ.તેને બદલે મહત્વના પાનાઓની ઝેરોક્સ કઢાવી લેવી અને પછી તમારી જરૂરિયાત મુજબ નોંધ બનાવવી.
- વિદ્યાર્થીઓમાં અભ્યાસ સામગ્રીની આપલે,ઉછીની લેવાની કે નકલ કરવાની એક સામાન્ય આદત જોવા મળે છે.આ અભ્યાસ કરવાની સાચી પદ્ધતિ નથી.કારણ આ રીતે અભ્યાસ કરવાથી તમે અભ્યાસક્રમ તેના સાચા અર્થમાં

સમજ્યા વગર પરીક્ષામાં પાસ થઈ જાઓ છો.આ પદ્ધતિથી તમે ક્યારેય અતિ ઉચ્ચ ગુણાંક પ્રાપ્ત કરી શકશો નહિ,પ્રશંસાપાત્ર બની શકશો નહિ અથવા એક સફળ અને ઉજળી કારકિર્દી ઘડી શકશો નહિ.

- વિવિધ શિક્ષિત વ્યક્તિઓ દ્વારા કહાયેલ નોંધી રાખવા જેવા સુવાક્યો,વ્યાખ્યાઓ અને દ્રષ્ટાંતોને એ જે રીતે કહાયા હોય તે જ અર્થમાં સમજવા અને શિખવા જોઈએ.તેમને ટૂંકાવવાથી કે તેમની નોંધ બનાવવા જતાં તેનો ખરો અર્થ,મૂલ્ય અને જેના માટે તે કહેવાયેલ હતાં તે ઉદ્દેશ બદલાઈ જાય છે કે નાશ પામે છે.
- તમારી નોંધો પૂરા ઉત્સાહ અને ધગશથી તૈયાર કરો. વાંચ્યા બાદ, મુદ્દાના ઉંડા અભ્યાસ અને સમજ સાથે તેનો સાર લખી જવાથી શિખવાનું વધુ સારું બની રહે છે. લખતી વખતે જ તમે ઘણું સારું શિખી જાવ છો. મન આ સમયે અતિ સક્રિય હોય છે. પછી એ નોંધોનું પુનરાવર્તન અભ્યાસ વધુ સારો બનાવે છે.

સલાહ : પ્રશંસા પાત્ર બનવા યોગ્ય રીતે તમારી નોંધો તૈયાર કરો.

***

દિવસ ૨૬

સમયનું વ્યવસ્થાપન

સમયનું વ્યવસ્થાપન એટલે ઉપયોગ કરેલા સમય અને વેડફેલા સમય વચ્ચે જાળવવું પડતું સંતુલન.એ બધાં લોકો જે પોતાનો સમય વેડફવા કરતાં વધુ, સારી રીતે વાપરે છે તેઓ જીવનમાં વધુ સફળ હોય છે, જ્યારે એવી વ્યક્તિઓ જે પોતાનો સમય ઉપયોગી પ્રવૃત્તિઓમાં વાપરવાને બદલે વેડફતી વધુ હોય તે પછી આખી જિંદગી પસ્તાતી હોય છે. આજના અતિ ઝડપી અર્વાચીન સમાજનું સૌથી વધુ પડકાર જનક પાસું સમયનું વ્યવસ્થાપન છે. જે જે પોતાના સમયનું સારી રીતે વ્યવસ્થાપન કરે છે અને તેનો સદુપયોગ કરે છે તે પોતાના લક્ષ્યો સિદ્ધ કરી શકે છે,પ્રશંસાપાત્ર બની શકે છે,સફળ થાય છે,પોતાના જીવનને માણે છે અને સદાયે ખુશ રહી શકે છે. જીવનમાં સફળતા અને નિષ્ફળતા મેળવવામાં આ એક અતિ મહત્વનું અંગ બની રહે છે. અહિં આ વ્યક્તિ પોતાની જાત માટે,તેની સંસ્થા માટે અને સમગ્ર રાષ્ટ્ર માટે જમા પૂંજી સમાન સાબિત થાય છે. જ્યાં તેને પોતાના કૌશલ્ય, જ્ઞાન અને ડહાપણથી મહત્વના કામો અને પ્રોજેક્ટ્સ પાર પાડવાની જવાબદારી નિભાવવાની હોય છે,ત્યાં તે ઉચ્ચ સ્થાન અને લોકોમાં અતિ પ્રખ્યાત એવી પદવી મેળવવામાં સફળતા મેળવે છે.

તમે ઘણી વાર સાંભળ્યું હશે કે દરેક જણ પાસે એક દિવસમાં એક સરખા જ ૨૪ કલાક હોય છે. પણ શું તમે આનો ખરો અર્થ જાણો છો? તમે જ્યારે 'સમયનું વ્યવસ્થાપન' શબ્દ સાંભળો ત્યારે ડરી જશો નહિ કે તેનાં દબાણ હેઠળ આવી જશો નહિં. કોઈ પણ વિષયને સમજવા માટે સૌ પ્રથમ તેના પાયાનો અભ્યાસ કરવો જરૂરી છે અને તેનું આપણા જીવનમાં કેટલું મહત્વ છે તે જાણી લેવું અગત્યનું છે. તો આપણા માટે તેને સમજવો અને તેનો લાભ મેળવવાનું સરળ બની રહેશે.

આજની તારીખ : --/--/--
(કૃપા કરી પેન્સિલથી લખો)

૨૪ -કલાક વાળા ઉપરના વિધાનનો ઝાઝો અર્થ નથી ઉલટું એ વ્યક્તિને વધુ મૂંઝવે છે.એ તેના મનમાં ડર અને ચિંતા પેદા કરે છે.તેને એવી લાગણી થાય છે જાણે તે આખા દિવસના બધાં જ ૨૪ કલાક વેડફી નાખે છે અને તે પોતાના દરેક કામ અંગે ચિંતિત થવા લાગે છે અને તે વરંવાર નિષફળ જવા લાગે છે.

આમ બને છે કારણ કોઈ પણ વ્યક્તિ પાસે બચતો ગુણવત્તાસભર સમય દિવસના માત્ર થોડાં જ કલાક હોય છે જેનો સદુપયોગ થઈ શકે છે અથવા તો જેને વેડફી નાંખી શકાય છે.બાકીનો સમયતો દિવસની બીજી નિયમિત સામાન્ય પ્રવૃત્તિઓમાં વપરાઈ જાય છે જેવીકે ઉંઘવું,શાળાએ કે ઓફિસે જવું વગેરે.

હવે આપણી પાસે બે પ્રકાર છે અને સમયના વ્યવસ્થાપનને સારું પરિણામ મેળવવા આ બંને પ્રકાર માટે અસરકારક રીતે અમલી બનાવવાનું છે.પહેલો સમયનો બની શકે એટલો શ્રેષ્ઠ સદુપયોગ અને દૈનિક ઘરેડના કામો કરવા માટે વપરાતા સમયનો બચાવ અને બીજું એટલે બાકી વધતા ગુણવત્તા સભરના સમયના સદુપયોગ માટે સમયપત્રક બનાવવું.તમારા મર્યાદિત સમય અને સ્રોતોના વ્યવસ્થાપનમાં તમારો અભિગમ અને આદતો ઘણો મહત્વનો ભાગ ભજવે છે.આ તમને અન્યોથી જુદા પાડી દેશે.ચાલો આ મૂળ ફરકને સમજીએ:

ખુલ્લા અને હકારાત્મક અભિગમ સાથે અભ્યાસ કરો:

આ રીતે તમે હંમેશા સક્રિય રહો છો પછી ભલે તમે શાળામાં હોવ કે ઘેર કે પછી ક્યાંક પ્રવાસ કરી રહ્યા હોવ.તમે જે કંઈ પણ જુઓ છો તેમાંથી તમે કંઈક શિખી શકો છો અને એ તમને ભવિષ્યમાં મદદરૂપ સાબિત થાય છે.અને સાવધ રહીને તમે તમારી આસપાસ ઘટતી ઘટનાઓ પર ધ્યાન આપી શકો છો.તમે જે કંઈ પણ કરો તેમા સમય બચાવવાના નવા નવા રસ્તા તમે શોધતા રહો છો.

બીજા લોકો પણ એવા લોકોને જ મદદ કરે છે અથવા તક પૂરી પાડે છે જેઓ તેમના અભિગમમાં પ્રમાણિક,મહેનતુ અને વિનમ્ર હોય.તમે સાવધ અને સક્રિય હોવ તો તમારા જીવનમાં તમે અઢળક તકો ખોળી કાઢો છો અને યોગ્ય સમયે યોગ્ય તકને તમે ઝડપી પણ શકો છો.

બંધિયાર અને નકારાત્મક અભિગમ સાથે અભ્યાસ કરવો:

આવા અભિગમ સાથે ઘણાં લોકો તેઓ જે કંઈ પણ કરે તેમાં નિષ્ક્રિય,આળસુ અને નિષ્ફિકરા રહે છે.સાવધ રહેવું કે સક્રિય જીવન જીવવું એ ના તો તેમની વિચારસરણી હોય છે ના તો તેમના જીવનનો હિસ્સો.તેમને પોતાનું જીવન સુસ્ત અને સહેલું રાખવું ગમતું હોય છે જેના કારણે તેઓ તેમના માર્ગમાં આવતી અનેક તકો ગુમાવી બેસે છે.

આવા લોકો પોતાનો કિંમતી સમય અને તેને બચાવવાના માર્ગો પણ ગુમાવી બેસતા હોય છે અને તેને રોજિંદી પ્રવૃત્તિઓમાં વેડફી નાંખતા હોય છે.પછી આવા લોકો પોતાના નસીબ અને ભગવાનને દોષી ગણાવતા હોય છે.

જીવનમાં તમારો અભિગમ તમે કેટલે ઉંચે પહોંચો છો એ નક્કી કરતો હોય છે. નીચે વર્ણવેલા મુદ્દાઓ તમને સૂચવશે કે કઈ રીતે તમે તમારા સમયનું અસરકારક રીતે આયોજન અને વ્યવસ્થાપન કરી શકશો.આ મુદ્દાઓ છેઃ

- સૌ પ્રથમ તો આ પ્રકરણ વાંચ્યા પછી તરત તમારા જીવન જીવવાની અને ભણવાની પદ્ધતિ ને ત્વરીત કે સમૂળગી બદલી ન નાખશો.બલકે ધીમી ધીમી પણ મક્કમ ગતિએ આગળ વધતા રહો.
- તમારે ઉચ્ચ ગુણાંક પ્રાપ્ત કરી પ્રશંસાપાત્ર બનવા તમારે એ રીતે અભ્યાસ કરવો જોઇએ જાણે બીજા જ દિવસે તમારી પરીક્ષા હોય.તમારે તમારા પુસ્તકો અને અભ્યાસની જ પરવા કરવી જોઇએ.
- એક ખંડ અથવા નાનકડા ઘરની વ્યવસ્થા કરો જેમાં પાયાની જરુરિયાતની વસ્તુઓ પ્રાપ્ય હોય.આમ કરવાથી તમે દૈનિક ઘરેડ અને તમારા ઘરના અન્ય અંતરાયોથી ખલેલ પામશો નહિ.
- આ પ્રકરણને અંતે આપેલા ચાર્ટમાં બતાવ્યા પ્રમાણે એક ચાર્ટ પેપર પર સોમવારથી રવિવાર સુધીની આખા સપ્તાહના દરેક દિવસની તમારી બધી જ પ્રવૃત્તિઓની યાદી બનાવો.ચાર્ટ પેપર આડું રાખી આ ચાર્ટ પર તમારું સમયપત્રક તૈયાર કરો અને તેમાંના બધાં ખાનાઓમાં પેન્સિલથી લખો જેથી પછીથી તેમાં સુધારો કરવો હોય તો આસાનીથી લખેલું ભૂંસી શકાય. યાદ રાખો અહિ નમૂનામાં આપેલી વિગતો માત્ર ઉદાહરણ છે અને તે સૂચનો નથી. કૃપા કરી તમારું સમયપત્રક તમારી પોતાની અનુકૂળતા મુજબ તૈયાર કરો.તે આદર્શ હોવું જોઇએ અને તમને અભ્યાસ ની સાથે સાથે ઉંઘવાની,ખાવાની,રમવાની,આરામ કરવાની વગેરે ઇતર પ્રવૃત્તિ માટે પણ પૂરતો સમય આપતું હોવું જોઇએ.
- હવે આ જ પ્રકારનો સાપ્તાહિક રીપોર્ટ તૈયાર કરો અને રોજ રાતે સૂતા પહેલા તેમાં પેન્સિલથી વિગતો ભરો. કૃપા કરી અહિ અંચાઈ કરશો નહિ.એ તમારા સારા માટે જ બનાવાયું છે અને તે બીજાઓ સાથે વહેંચશો નહિ,તમારા શ્રેષ્ઠ મિત્રો સાથે પણ નહિ.તેનું તમે જાતે જ વિશ્લેષણ કરો.જુઓ ક્યાં તમે પ્રગતિ સાધી છે.ક્યાં તમે હજુ પાછળ છો અને ક્યાં સુધારાનો અવકાશ છે. આ સમયપત્રકમાં ફેરફાર કરવા તમે તમારા સલાહકાર ગુરુની મદદ લઈ શકો છો.

- તમારા વર્ગના ટોપર,બુદ્ધિમાન વ્યક્તિઓ અને તમારા પાડોશની અન્ય સફળ વ્યક્તિઓના નિયમિત સંપર્કમાં રહો.આવી મુલાકાતો અને વાતચીત તમને કિંમતી સમય બરબાદ ન કરવા અને તેને બદલે વધુ અભ્યાસ કરવાની પ્રેરણા આપતી રહેશે.પૂરતી પ્રેરણા અને ધગશ વિના,માત્ર આવા સમયપત્રક તૈયાર કરવા અને ભરવા એ આ દિશામાં પૂરતું નથી.
- સમયનું મહત્વ અને તેના સદુપયોગ વિષે બાળપણથી જ શિખવવામાં આવવું જોઇએ જેથી તમારા બાળકો સમય જતાં પોતાની મેળે તેનું મહત્વ અને જરુરિયાત સમજી શકે.તમારા માર્ગદર્શન હેઠળ તેઓ સમયનું આયોજન અસરકારક રીતે કરતાં પણ શિખશે.આમ તેઓ ઉપરના વર્ગોમાં પહોંચશે ત્યાં સુધીમાં પોતાની મેળે જ સુધરી જશે. સ્વ-ઓળખ, સતત વઢ્યા કરવા કરતાં અને સજાઓ કરતાં વધુ પ્રેરણાદાયી અને પરીણામલક્ષી હોય છે.
- તમારી અભ્યાસ કરવાની પદ્ધતિ એવી હોવી જોઇએ કે તમે સદાયે તમારા વર્ગ કરતા આગળ રહો.તમારા સમયપત્રકમાં યોગ્ય ફેરફાર સરળતાથી કરી શકાય એ માટે તૈયાર રહો.આનાથી કોઈ તાત્કાલિક સમસ્યા કે જવાબદારી નિભાવવાની ગમે તે સમયે આવી ચડે તો તમારા નિયમિત અભ્યાસને ખલેલ પહોંચાડ્યા વગર તમે જરુરી ફેરફાર કરી શકશો.આ રીતે કરેલી વ્યવસ્થા તમને પ્રશંસાપાત્ર બનાવવામાં ખૂબ મદદગાર સાબિત થાય છે.પાછળથી તે તમારી તૈયારીમાં પણ વધારાનાં કલાકો ઉમેરે છે.
- શાળા એક શિક્ષણ સંસ્થા છે પણ તે બીજા ઘણાં લાભો અને તકો પણ પૂરાં પાડે છે.શાળામાં યોજવામાં આવતી બધી જ પ્રવૃત્તિઓમાં પૂરા હૃદયથી ભાગ લો.તમારાથી બનતા શ્રેષ્ઠ પ્રયત્નો કરો અને હંમેશા સારું સ્થાન પ્રાપ્ત કરવાના પ્રયાસ કરો.તમારા જીવનમાં શાળાનાં દિવસો ફરી પાછા ક્યારેય આવશે નહિ.મનની હાજરી,પ્રેરણા,હિંમત અને ઉર્જા આ બધાં વર્ષો દરમ્યાન શ્રેષ્ઠ હોય છે.તેનો સર્વશ્રેષ્ઠ ઉપયોગ કરી લો.એ તમારા ભવિષ્યને શ્રેષ્ઠ રીતે ઘડવામાં મદદ કરે છે.
- જીવનમાં એકંદરે સફળતા અને સિદ્ધીઓ મેળવવી હોય તો ક્યારેય પુસ્તકીયા કીડા બનશો નહિ.અભ્યાસુ અને મહેનતુ બનવું સારું છે પણ અન્ય પ્રવૃત્તિઓનું પણ એટલું જ મહત્વ છે.તમારા દરેક પ્રકારના મિત્રો સાથે સમય પસાર કરો,પણ માત્ર શાળામાં જ.એ તમને તમારા દૈનિક અભ્યાસનાં રોજિંદા ક્રમમાંથી થોડો સમય અળગા થઈ હળવા થવાનો પણ મોકો આપે છે.તમે શાળાએથી ઘેર પાછા ફરશો ત્યારે ઉર્જાસભર અનુભવશો.આ તમારો વધુ કિંમતી સમય ઘરે બચાવવામાં પણ મદદ કરશે જે અન્યથા તમે ઘેર

આવી તરોતાજા થવામાં કે મનોરંજન મેળવવામાં વેડફ્યો હોત. એક વાર ઘરે આવી ગયા બાદ,તમારા સમયપત્રકનું જરા પણ આળસ વગર અને ઉત્સાહી મૂડમાં ચુસ્ત રીતે પાલન કરો. હંમેશા તમારી અગ્રતાઓ અને લક્ષ્યાંકો મનમાં રાખો.

- શાળામાં બંધાયેલી મિત્રતા અને સંબંધો જીવનભર મદદરૂપ સાબિત થ ાય છે.અહિ તમને જુદી જુદી પશ્ચાદભૂમિમાંથી આવતાં બધાં જ પ્રકારના વિદ્યાર્થીઓ સાથે મિત્રતા બાંધવાનો મોકો મળે છે.આ ખાસ કરીને તમે મેનેજર બનશો,માર્કેટીંગ ક્ષેત્રે નોકરી કરશો કે જુદા જુદા સમૂહો સાથે વાતચીત કરવાની નોકરી હોય ત્યારે ઘણું મદદરૂપ સાબિત થશે.તમને લોકોની જુદી જુદી લાક્ષણિકતાઓ અને આદતો જાણવા મળે છે અને તેમની સાથે કઈ રીતે કાર્યક્ષમતાથી કામ લેવાય તે તમે શિખી શકો છો.એ તમને પાછળથી જીવનમાં સંપર્કો સ્થાપવામાં અને જાળવવામાં પણ ખૂબ મદદ કરે છે.
- ઘણી વાર કોઈક ચોક્કસ વિષય ભણતી વખતે તમારો મૂડ સારો હોય તો એ સારી સમજણ અને શિખવામાં પરીણમે છે.આથી,તમારો અભ્યાસ તમે નક્કી કરેલા સમયપત્રક કરતા ભિન્ન રીતે થઈ શકે છે.આ મુશ્કેલીજનક નથી. અહિ મુદ્દો સમયનો શ્રેષ્ઠ સદુપયોગ કરીને મગજ પર વધુ દબાણ લાવ્યા વગર વધુ લાંબા કલાકો સુધી અભ્યાસ કરવાનો છે.એ સારા અભ્યાસ અને સ્મૃતિમાં પરિણમે છે.
- અહિ અઘરા વિષયો હાથમાં પહેલા લેવાનું સલાહભર્યું છે અને ધીમે ધીમે હળવા અને સહેલા વિષયો પર જાવ.આ રીતે પાછળથી સહેલા વિષયો હાથમાં લેવાથી મગજ પર વધારે દબાણ નહિ આવે જે હવે થોડું થાકવા માંડ્યુ હશે.આથી આ અભિગમ વચ્ચે વચ્ચે લાંબા વિરામ વગર એકધારા અભ્યાસને શક્ય બનાવે છે અને સમય પણ બચાવે છે.
- તમે જ કોઈ પણ પ્રવૃત્તિ કરો તેના પ્રત્યે હંમેશા ઉત્સાહી અને આશાવાદી વલણ અપનાવો.

સૌથી મહત્વનું છે કે એનાથી કોઈ પણ પ્રકારની ચિંતા કે તણાવ તમારા મગજમાં પ્રવેશતાં અટકશે અને આમ તમને ખલેલ પહોંચાડશે નહિ.કોઈ પણ સમસ્યા કે નકારાત્મકતાનો તરત નિકાલ લાવવો જોઇએ જેથી નિયમિત અભ્યાસ અટક્યા વગર ચાલુ રહી શકે.

- અન્યો ઉપાડી શકે એવી તમારી જવાબદારીઓ અન્યોને સોંપવાનો પ્રયત્ન કરો.એનાથી તમારો બોજ ઘટશે અને તમારા કિંમતી સમય અને ઉર્જા પણ બચશે.

- નિયમિત અભ્યાસ અને આત્મવિશ્વાસમાં વધારા બાદ હવે વારો આવે છે અભ્યાસમાં તમારી ઝડપ વધારવાનો.એનાથી તમારા મગજની સમર્થતા વધે છે અને તે ઓછા સમયમાં વધુ માહિતીનો સંગ્રહ કરી શકે છે.એનાથી વધુ સારી રીતે શિખાય છે,યાદ રાખી શકાય છે અને પાછું યાદ કરી શકાય છે.પરીણામે ઘણો વધુ સમય બચે છે.

ઉપર જણાવેલી ટીપ્સ સાથે નીચે જણાવેલ બાબતો પણ યાદ રાખોઃ

- વચ્ચે વચ્ચે વારંવાર નાના નાના વિરામ લો જેમાં તમે ઝડપી સ્નાન લઈ શકો,પાણી પી શકો,નાસ્તો કરી શકો અથવા હળવા થઈ શકો.આનાથી તમારા શરીરનું અને પરીણમે લાંબા સમય સુધી એક જ સ્થિતીમાં બેસવાથી થાકી ગયેલાં અવયવોનું હલનચલન થાય છે.
- શરીરની યોગ્ય સ્થિતી અભ્યાસ પ્રક્રિયામાં ઘણો મહત્વનો ભાગ ભજવે છે.એ મનને સજાગ અને સક્રિય રાખે છે જેથી અભ્યાસમાં તમારો રસ જળવાઈ રહે.
- ટેબલ લેમ્પ તમે જેના પર અભ્યાસ કરવા બેસો છો તે ટેબલના સીમિત વિસ્તારને જ પ્રકાશિત કરે છે.એનાથી એકાગ્રતા વધે છે અને મન પુસ્તકો સિવાયની બાબતોમાં અટવાતું અટકે છે.કારણ ઓરડાનો અન્ય હિસ્સો સરખામણીમાં વધુ અંધારિયો હોય છે.
- એલાર્મ ઘડિયાળ વિદ્યાર્થીનો જીવનભરનો શ્રેષ્ઠ મિત્ર છે.એ તેને માત્ર સમયની જ યાદ નથી અપાવતું પણ તેને નિયત કરેલાં સમયે જગાડી પણ દે છે.તેનો ટાઈમર તરીકે પણ ઉપયોગ કરી શકાય છે અને તેમાં એલાર્મ મૂકી શકાય છે જે તેને હવે પછીનું અસાઈનમેન્ટ ક્યારે હાથમાં લેવું તે યાદ અપાવી શકે છે.

અહિં, તમે તમારા સમયનું અસરકારક રીતે વ્યવસ્થાપન કઈ રીતે કરાય તે શિખ્યા.તમે એવી પણ ઘણી પદ્ધતિઓ વિષે જાણ્યું જે તમારો સમય બચાવી આપે છે અને બીજી ઘણી રાતે મદદરૂપ સાબિત થાય છે.

> સલાહ : મહેરબાની કરીને આ પ્રકરણ આજે બે થી ત્રણ વાર વાંચો.તો જ તે તમારા માટે અર્થપૂર્ણ બની રહેશે.

***

નમૂના સમયપત્રક

સમય	સોમવાર	મંગળવાર	બુધવાર	ગુરુવાર	શુક્રવાર	શનિ વાર	રવિવાર	નોંધ
સવારે ૫ - ૬	(ક) એલાર્મ વાગે એટલે જાગો, તરોતાજા થાવ અને અભ્યાસ કરવા બેસો						(થ) જાગો, જાવ *	
સવારે ૬ - ૭	(ખ) અભ્યાસ કરો અને શાળાએ જવા માટે તૈયાર થાવ							
સવારે ૭ - ૮	(ગ) તૈયાર થાવ ને શાળાએ જાવ							

સવારે ૮ - ૯	(ઘ) શાળા માં	(ઘ) શાળા માં	(ઘ) શાળા માં	(ઘ) શાળા માં	(ઘ) શાળા માં	(ઘ) શાળા માં	(દ) પાછા *	
સવારે ૯-૧૦								
સવારે ૧૦- ૧૧							(ઘ) અભ્યાસ કરો *	
સવારે ૧૧- ૧૨								
બપોરે ૧૨ - ૧							(ન) *	
બપોરે ૧ - ૨								
બપોરે ૨ - ૩	(ચ) ઘેર જાવ અને થોડો આરામ કરી તરોતાજા થાવ							
બપોરે ૩ - ૪	(જ) આરામ કરો,હળવું બપોરનું જમણ લો અને ઝોકું ખાઈ લો (૧૫ - ૩૦ મિનિટ માટે જ)							
સાંજે ૪ - ૫	(ઝ) અભ્યાસ શરૂ કરો / કોચીંગ ક્લાસ જાવ							
સાંજે ૫ - ૬								
સાંજે ૬ - ૭	(ટ) સ્નાન કરો,હળવો નાસ્તો, અભ્યાસ શરૂ કરો							
સાંજે ૭ - ૮	(ઠ) તમારા અભ્યાસખંડમાં અભ્યાસ કરો							
રાતે ૮ - ૯								
રાતે ૯ - ૧૦	(ડ) વાતચીત અને પરિવાર સાથે રાતનું જમણ,અડધો કલાક વિરામ લો							
રાતે ૧૦ - ૧૧	(ણ) તમારા અભ્યાસખંડમાં અભ્યાસ કરો							

રાતે ૧૧-૧૨	(ત) સૂઈ જાવ	
રાતે ૧૨ - ૧		
રાતે ૧ - ૨		
રાતે ૨ - ૩		
રાતે ૩ - ૪		
સવારે ૪ - ૫		

સવારે ૫- ૮ -- (થ) હંમેશની જેમ જાગો, બાગમાં જાવ, શરીરને કસરત માટે તૈયાર કરો, કસરત કરો અને રમો અથવા આખા અઠવાડિયાનો થાક ઉતારવા સૂતા રહો

સવારે ૮ - ૧૦ -- (દ) ઘેર પાછા ફરો,આરામ કરો,સ્નાન કરો,સવારનો નાસ્તો કરો, બેસો અને માતાપિતા તેમજ પરિવાર સાથે વાતચીત કરો

સવારે ૧૦ - ૧૨-- (ધ) વિકલ્પ, સવારની શારીરિક પ્રવૃત્તિ બાદ થોડી વાર સૂઈ જાવ અથવા તરોતાજા હોવ તો અભ્યાસ કરો

બપોરે ૧૨ - રાતે ૧૧ -- (ન) કોઈ મિત્ર કે સગાસંબાધીને મળવા જાવ,ઘેર કે સિનેમાગૃહમાં ફિલ્મ જુઓ,બપોરનું કે રાતનું ખાવાનું હોટલમાં કે બહાર વગેરે

સલાહ : રવિવાર એક માત્ર એવો દિવસ છે જે તમે તમારી પોતાની જાત માટે ખર્ચી શકો છો. આથી આ દિવસે મહત્તમ સમય અભ્યાસ માટે ગાળો,આખા પાછલા સપ્તાહ દરમ્યાન જે જે ભણ્યા હોવ તેનું પુનરાવર્તન કરો અને આવતા સપ્તાહના સ્વ-અભ્યાસ ની પૂર્વ તૈયારી કરો.

રવિવાર એક જ એવો દિવસ છે જે બે મોટા કાર્ય સપ્તાહની વચ્ચે આવે છે. આથી તેનો તમારી જાત માટે સારામાં સારો ઉપયોગ કરી લો અને અન્યો કરતાં આગળ રહો.

એક જ રજાના દિવસે : આ એક જ એવો દિવસ છે જ્યારે તમે બીજાઓને મ્હાત આપી તેમનાથી આગળ વધી જઈ શકો છો. કારણ મોટા ભાગના લોકો આ દિવસને આરામ કરવામાં અથવા અન્ય નિરાંતે કરાતી પ્રવૃત્તિઓમાં વેડફી નાંખતા હોય છે. તમને તમારા જીવન પાસેથી શેની અપેક્ષા છે એના પર બધો આધાર રહેલો છે.

આ દિવસે તમે તમારી અભ્યાસ કરવાની તેમજ નિદ્રા લેવાની રીત થોડે ઘણે અંશે બદલી શકો છો. તમારા સમયપત્રકમાં થોડો ઘણો ફેરફાર તમે કરી શકો છો પણ ક્યારેય સૂવાના કલાકો ઘટાડશો નહિ.

એક કરતા વધુ રજાના દિવસોમાં : તમે તમારા અભ્યાસ પ્રત્યે વધુ સભાન અને શિસ્તનું પાલન કરનારા છો આથી તમને મળેલી વધુ રજાઓનો ઉપયોગ થોડો આરામ મેળવવા માટે પણ કરી લો. અહિ ઉદ્દેશ માત્ર આરામ મેળવવાનો જ છે અને મનોરંજન માટે સમય વેડફવાનો નહિ. વિદ્યાર્થી જીવન અભ્યાસ માટે જ સમર્પિત હોવું જોઇએ. યાદ રાખો,આ સમય એક વાર ચાલ્યો ગયા પછી તમારા જીવનમાં ફરી પાછો આવશે નહિ, આથી તેનો મહત્તમ ઉપયોગ કરીલો.

દિવસ ૨૭

અભ્યાસમાં રસ કેળવો

રસપૂર્વક અને ખંતથી લાંબા કલાકો સુધી અભ્યાસ કરવો એ સફળતાની અન્ય એક ચાવી છે.કેટલાક વિદ્યાર્થીઓ પહેલેથી જ પોતાના અભ્યાસમાં સજાગ અને સક્રિય હોય છે.તેઓ પોતાના અભ્યાસમાં ઉંડો રસ લે છે અને શાળામાં ચાલતી બધી જ પ્રવૃત્તિઓમાં તેઓ ભાગ લે છે. નિયમિત ભણવાની સાથે જ ઇતર અભ્યાસપૂરક પ્રવૃત્તિઓ પણ ચાલતી હોય છે જેવી કે રમતગમત, પ્રદર્શનો, ચર્ચાવિચારણાઓ, નાટકો, ગીત અથવા નૃત્ય સ્પર્ધાઓ વગેરે. અન્ય કેટલાક વિદ્યાર્થીઓ પોતાના અભિગમમાં થોડા ધીમા અને આળસુ હોય છે. તેઓ મોટે ભાગે દિવાસ્વપનોમાં રાચતા હોય છે, શાળાના મકાન કે મેદાનમાં નકામા આંટા મારતા હોય છે અને શાળાના કલાકો બાદ બહાર પણ રખડપટ્ટી કરતાં હોય છે.

વિદ્યાર્થીઓ પોતાના અભ્યાસ પ્રત્યે સમર્પિત અને મહેનત ભર્યો અભિગમ દાખવવા પ્રેરાય એ પાછળ ઘણા પરિબળો કારણભૂત હોય છે.એ તેમને પરીક્ષાઓ તેમજ સ્પર્ધાઓમાં પ્રશંસાપાત્ર બની શકે એ શક્ય બનાવે છે. વિદ્યાર્થીઓની સામાજિક તેમજ આર્થિક

આજની તારીખ : --/--/--
(કૃપા કરી પેન્સિલથી લખો)

સ્થિતી અને અભ્યાસ પ્રત્યેની તેમના માતાપિતાની માનસિક સમજણ - આ પરિબળો અહિ ઘણો મહત્વનો ભાગ ભજવે છે.

બીજા સામાન્ય ઘટકો વિદ્યાર્થીઓના ઉછેર અને પરિવારના વાતાવરણ,પરિવારમાં રહેલ ચિંતાઓ અને તણાવ,તેમના માતાપિતા વચ્ચેનો સંબંધ,તેમને મળતો આર્થિક અને સંવેદનાત્મક ટેકો વગેરે છે.

ઉછેરની રીત અને પ્રેરણા, બાળકોને નાનપણથી જ તેમના માતાપિતા,શિક્ષકો અને વડીલો દ્વારા શિખવવામાં આવતા મૂલ્યો અને પાયાના સિદ્ધાંતો પણ તેમની સફળતામાં અગત્યનો ભાગ ભજવે છે.આ રીતે જ તેઓ પોતાના માતાપિતા પ્રત્યે,તેમના કુટુંબ પ્રત્યે,તેમના શિક્ષકો પ્રત્યે તેમજ તેમના સમાજ પ્રત્યે આદરભર્યો અને હકારાત્મક અભિગમ કેળવે છે. અને તેઓ તેમના શિક્ષણના મહત્વ,મહેનત,શિસ્ત ,પ્રમાણિકતા અને જીવનમાં સફળતા ને મહત્વ આપવાની શરૂઆત કરે છે.

અભ્યાસ એ ધીમી અને સતત ચાલતી પ્રક્રિયા છે. ગૂઢ જ્ઞાન રોજ થોડો થોડો અભ્યાસ કરીને,સમજીને,શિખીને અને યાદ રાખીને પ્રાપ્ત કરી શકાય છે.આથી,વધુ કંઈ સમજ્યા વિના માત્ર પરીક્ષાના દિવસો દરમ્યાન અભ્યાસ કરવો અને શિખવું એ તમારી જાત સાથે જ દગો કર્યા બરાબર છે.ઘણાં વિદ્યાર્થીઓ આ રીતે સારા માર્ક્સ સાથે પરીક્ષામાં ઉત્તીર્ણ પણ થઈ જાય છે.પણ આવી બધી સિદ્ધીઓ મેળવ્યા બાદ પણ વિષયવસ્તુની યોગ્ય સમજણ આમ પ્રાપ્ત થતી નથી.

પરીક્ષા પહેલા જ માત્ર થોડા દિવસો માટે ભણવું તમારા સ્વાસ્થ્ય માટે પણ હાનિકારક છે.આ દિવસો દરમ્યાન વિદ્યાર્થીઓ સખત માનસિક અને શારીરિક દબાણ હેઠળ હોય છે.એ તેમના મજ્જાતંત્ર અને પાચનતંત્ર પર પણ ઘણી ખરાબ અસર કરે છે.બેચેની,મૂંઝવણ,માથાનો દુખાવો,માઈગ્રેન,તિરસ્કાર,આંખોમાં થાક,પરીક્ષાનો તાવ,અપચો,એસીડીટી,ચાંદા વગેરે વિદ્યાર્થીઓ દ્વારા અનુભવાતી સામાન્ય સમસ્યાઓ છે. કેટલીક સમસ્યાઓતો પરીક્ષાઓ પછી પણ તેમનો કેડો મૂકતી નથી અને તેમને જીવનભર સતાવે છે.આથી ભણતર પ્રત્યે પહેલેથી જ ધ્યાન ન આપવામાં આવે તો કારકિર્દી તેમજ આરોગ્યની એમ બંને દ્રષ્ટીએ તમારું ભવિષ્ય બરબાદ થઈ જઈ શકે છે.

વળી એક વાર ગુમાવેલો સમય તમે કાયમ માટે ગુમાવી બેસો છો.એક વાર એક વર્ગમાં ભણી રહ્યા બાદ તમે ફરી પાછા એ વર્ગમાં જઈ ભણવાની શરૂઆત કરી શકતા નથી.તમારે પાછલા વર્ગોમાં જે કંઈ શિખ્યા હોવ તેના સહારે આગળ જ વધવું પડે છે.અને આગળના ઉચ્ચ વર્ગમાં તમે પોતાની જાતને વધુ દયનીય સ્થિતીમાં અનુભવો છો. હવે આગળના વધુ અઘરાં વિષયો અને પ્રકરણો સમજવા તમારે માટે વધારે મુશ્કેલ બની જાય છે.પહેલાં તમે યુક્તિઓ શિખવાની,પદ્ધતિઓ અને સમસ્યાઓનો

હલ કરવાની યુક્તિઓ તેમજ તેમના ઉકેલો શિખવાની તક ચૂકી ગયાં.આથી વધારે ગુણાંક પ્રાપ્ત કરવા અને વધુ માર્ક્સ મેળવવાની સાથે સાથે તમારા અભ્યાસક્રમને યોગ્ય રીતે અધ્યયન પર ભાર મુકાવો જોઈએ.

ઘણા સમય અગાઉ થી અભ્યાસ શરુ કરવાથી વિદ્યાર્થીઓ એક જ વિષયનું પરીક્ષા પહેલા ઘણી બધી વાર પુનરાવર્તન કરી શકે છે.આમ થવાથી પરીક્ષાની તૈયારીના દિવસો દરમ્યાન તેમના પર નહિવત દબાણ આવે છે.બીજું,આગળના પ્રકરણો પાછળના પ્રકરણો પર આધારિત હોય છે.આથી તેમનો અર્થ વધુ સારી રીતે સમજાય છે અને પરીણામે પરીક્ષામાં સારો દેખાવ થઈ શકે છે.

બધાં જ વિષયોનું શાંત અને આરામની સ્થિતીમાં રહેલા મગજ વડે આખા વર્ષ દરમ્યાન પુનરાવર્તન કરાયું છે.હવે,તમે તમારી સફળતાની કલ્પના સહેલાઈથી કરી શકો છો અને તમારા મગજને એ અંગે વિશ્વાસ રાખવા કેળવી શકો છો.હકારાત્મક અભિગમ કેળવવાની આ તરકીબ 'અવ્યક્ત વિદ્યા' (Latent Learning) કહેવાય છે.આ રીતે તમારું મગજ જરાયે થાક્યા વગર સજાગ અને સક્રિય બને છે જેથી તે જીવનભર શ્રેષ્ઠ કાર્ય કરતું રહી શકે.

૨૦ મી સદી દરમ્યાન માનવ જાતે દરેક ક્ષેત્રે અઢળક શોધસંશોધન અને નવસર્જન કર્યા.તેણે ભૂતકાળમાં થયેલી શોધોના આંકડાને વટાવી દીધો અને દિવસે ને દિવસે આ નવી શોધોના આંકડા વધતાં જ જાય છે.વિદ્યાર્થીઓ માટે આનો અર્થ એવો થાય કે તેમણે હવે પાછલાં વર્ષોમાં વિદ્યાર્થીઓ જેટલો સમય અભ્યાસાર્થે વિતાવતા

હતા તેના કરતાં વધુ સમય આ માટે સમર્પિત કરવો પડશે કારણકે તેમણે આજ સુધી થયેલી વધુ નવી શોધો અને તેમની તરકીબો વિષે અભ્યાસ કરવો પડશે.પણ બધાં પાસે સમય મર્યાદિત જ હોવાને કારણે વાંચવાની, લખવાની અને સમજવાની ઝડપ ખૂબ ખૂબ વધારવી પડશે.

દરેક વિદ્યાર્થીની વાંચવાની,લખવાની અને શિખવાની પોતાની આગવી સમર્થતા હોય છે.ઝડપી વાંચન ત્યારે જ શ્રેષ્ઠ પરીણામ આપે છે જ્યારે મગજ નવી માહિતી ગ્રહણ કરતી વેળાએ શાંત અને તાજું હોય.અન્યથા એ વાંચન માત્ર વાંચવા ખાતર કરેલું વાંચન બની રહેશે અને મગજ તેના દ્વારા કોઈ પ્રકારનું વિશ્લેષણ કે કંઈ નવું ગ્રહણ કરી શકશે નહિ.ઝડપથી ભાગી રહેલા વિશ્વ સાથે તાલ મિલાવવા તમારે તમારા મગજને ઝડપભેર વાંચવા અને લખવા કેળવવું પડશે.આ માટે તમારે દર શનિવારે સાંજે ૧૦-૧૫ મિનિટ તમારી લખવા-વાંચવાની ઝડપ ચકાસવા ફાળવવી પડશે.અને ભવિષ્યમાં તમે જોઈ શકો એ માટે તેની નોંધ પણ જાળવશો.

તમારી ઝડપ કઈ રીતે ચકાસશો

- સ્ટોપવોચ અથવા તો એલાર્મ ઘડીયાળની મદદથી, કોઈ એક ચોક્કસ ભાષાનાં કેટલાક વાક્યો પાંચ મિનિટ સુધી અટક્યા વગર વાંચો.ભાષા તમારા અભ્યાસક્રમની ભાષા હોવી જોઈએ.
- બરાબર પાંચ મિનિટ પછી બંધ કરો.
- હવે તમે વાંચેલ શબ્દની ગણતરી કરો અને તેને પાંચથી ભાગો. (જેટલી મિનિટ તમે વાંચ્યું હતું)
- આ રીતે તમને તમારી ઝડપ જાણવા મળશે એટલે કે પ્રતિ મિનિટમાં તમે વાંચેલ સરેરાશ શબ્દ
- લખવા અથવા તો ટાઈપીંગ માટે પણ આજ રીત પસંદ કરશો.
- આ પ્રયોગ દર શનિવારે સાંજે ફરી કરો અને તમારી પ્રગતિ નોંધતા રહો.

તમારી ઝડપ કઈ રીતે વધારશો

- સોમવારથી આરંભ કરો, રોજ કોઈ પણ બે વિષય હાથમાં લો.
- તમારા વાંચવાની સામાન્ય ઝડપ કરતા વધારે ઝડપથી કોઈ પણ નિયત વિષય વાંચો.આ તમારી ઝડપ વધારવા માટેની એક રીત થશે.
- ઉતાવળે વાંચ્યા પછી હવે આ વિષયને બરાબર રીતે સમજવા માટે તમારી

સામાન્ય ઝડપે ફરી એ વાંચો અને તમારા સામાન્ય વિદ્યાભ્યાસ ને આગળ વધારો.

- ધીમે ધીમે મગજ ઉતાવળે વાંચવા અને વિષય ને સમજવા માટે કેળવાઈ જશે. આથી મૂળ વિષયને વારંવાર વાંચવાનું ધીમે ધીમે બંધ થઈ જશે અને છેવટે આમ કરવાની જરૂર નહિ રહે.
- દિવસે દિવસે બધો જ અભ્યાસક્રમ એટલે કે દરેક વિષય મગજ દ્વારા સારી ઝડપે શિખાતા જશે તથા યાદ રહી શકશે અને તમે વધુ વિષયો ઓછા સમયમાં વાંચી શકશો.
- આ તમને એજ અભ્યાસક્રમ ઓછા સમયમાં વાંચવામાં મદદરૂપ થશે અને બચાવેલ સમય તમે બીજા મહત્વપૂર્ણ પ્રોજેક્ટ્સમાં અથવા સંશોધન ક્ષેત્રે સમર્પિત કરી શકશો.
- દરેક વિષય ની નોંધ તૈયાર કરો. આ દ્વારા પણ તમે તમારો ઘણો સમય બચાવી શકશો.
- આ પદ્ધતિ ખુબજ સહેલાઈથી તમને બીજાઓ કરતા આગળ લઈ જશે.
- હવે તમે દરેકેદરેક વિષયમાં સર્વશ્રેષ્ઠ દેખાવ કરી પ્રશંસાપાત્ર બની શકશો.

ઝડપ થી વાંચતી વખતે રાખવાની સાવચેતી

- ઝડપ થી વાંચતી વખતે કોઈ શબ્દો છોડી ન દેશો કે તેનો ખોટો અર્થ ગ્રહણ કરશો નહિ. નહિતર તમારું જ્ઞાન ઘટશે અને તમારી જોડણી, વ્યાકરણ, ક્રિયાપદોના કાળ, વિરામચિહ્ન વગેરેમાં અને સાથે સાથે વિષય વસ્તુ ને સમજવામાં ભૂલો વધી જશે.
- ઘણી વખત આવી નાની ભૂલો જીવનમાં મોટી મૂર્ખામી ભરી ભૂલો અને મૂંઝવણભરી પરિસ્થિતિનું કારણ બને છે અને સંબધિત માણસના કેળવણી, ભણતર અને આવડત પર સવાલ ઉભા કરે છે.
- આથી, વાંચતી વખતે હંમેશા ધ્યાન રાખો કે દરેકે દરેક શબ્દ તેના સાચા અર્થમાં અને યોગ્ય સંદર્ભમાં વંચાય
- લખતી વખતે પણ, શબ્દો અને વાક્યો આખા હોય તે બાબત પર ખાસ ધ્યાન આપો જેથી તેનો યોગ્ય અર્થ અને તર્ક નિકળે.
- આજકાલ એવું જોવા મળે છે કે સમય બચાવવા માટે સ્વર(a,e,i,o,u)ને શબ્દો માંથી કાઢી નાંખવામાં આવે છે. પરંતુ આ હકીકતમાં મગજ ને વધારે ગુંચવણમાં મુકે છે. અહિ એક નાનું ઉદાહરણ આપ્યું છે:

સાચી રીત : 'Early to bed, early to rise, makes a man healthy, wealthy and wise.'

ટૂંકી / ખોટી રીત : 'erly t bd erly t rse mks a mn hlthy wlthy nd ws.'

- ધીમે ધીમે થોડા વર્ષો બાદ તમારું મગજ એટલું બધું ગૂંચવાઈ જશે કે સાચા ખોટા વચ્ચેનો ભેદ પામી શકશે નહિ.

ઝડપથી વાંચવું એ મગજ ને જાગૃત અને ધારદાર બનાવે છે. વિદ્યાર્થીઓ પણ તેમની દૈનિક પ્રવૃત્તિઓમાં વધારે સક્રિય અને સજાગ બને છે. પ્રાપ્ય આંકડાઓ મુજબ મગજની કેળવણી ન થવી જોઇએ.પણ એ વધુ મહત્વનું છે કે તમે તમારા પોતાના મગજને તેની ક્ષમતા પ્રમાણે ધીમે ધીમે કેળવવાનું ચાલુ કરો.શિખવાની પ્રક્રિયા આ જ રીતે બહેતર બનશે. નહિતર,મગજ ફરી દબાણ અનુભવશે અને ચિંતાઓ ઉભી થશે.

સલાહ : મહેરબાની કરી આ આખું પ્રકરણ આજે ઓછામાં ઓછી બે થી ત્રણ વાર તમારી ઝડપ વધારવા પર ખાસ ભાર મૂકીને વાંચો.

***

દિવસ ૨૮

હકારાત્મક વિચારવું અને આત્મ-વિશ્વાસ

આત્મ-વિશ્વાસ સફળતાની બીજી અતિ મહત્વની ચાવી છે.એ વ્યક્તિના અસ્તિત્વ અને સમાજમાં આત્મ-સન્માનનો પણ અતિ મહત્વનો પાયો છે. નીચે કેટલાક એવા વાક્યો આપ્યાં છે જે એવી વ્યક્તિઓ સામાન્ય રીતે વાપરે છે જે પોતાનાં અભ્યાસમાં, કારકિર્દીમાં કે સંબંધોમાં ખૂબ ખૂબ સફળ થઈ હોય.

સફળ થવા માટે તમારે હંમેશા એક હકારાત્મક અભિગમ અપનાવવો જોઇએ

અને નીચે આપેલાં વાક્યો દિવસમાં અનેક વાર ફરી ફરી બોલતા રહેવા જોઇએ. વારં વાર તમે એ મોટેથી, ધીમા સ્વરે અથવા અર્ધજાગૃત મનમાં બોલી શકો છો.મનને કેળવવા માટે વિશ્વભરમાં વપરાતી આ એક અતિ સફળ તરકીબ છે. એ માનસિક શક્તિઓને એક ચોક્કસ દિશામાં વાળે છે અને ચિંતાઓને પણ દૂર રાખે છે :

- હા, હું એ કરી શકીશ
- હા, હું સ્પર્ધા જીતી શકીશ
- હા, હું મારા લક્ષ્યાંકોને પ્રાપ્ત કરી શકીશ
- હા, હું સફળ થઈ શકીશ

આજની તારીખ : --/--/--
(કૃપા કરી પેન્સિલથી લખો)

- હા, હું સારા માર્ક્સ સાથે પાસ થઇ શકીશ
- હા, વર્ગ માં હું પ્રથમ આવી શકીશ
- હા, હું આ નોકરી મેળવી શકીશ
- હા, હું શત્રુને પરાજીત કરી શકીશ
- હા, હું મારા દેશ ને બચાવી શકીશ
- હા, હું એક નવી દવા શોધી શકીશ
- હા, હું .... શકીશ વગેરે.

હકારાત્મક વલણ વિકસાવવા માટે તમારે એક પ્રમાણિક અને સત્ય જીવન જીવવું પડશે અને આ માટે નીચેના શબ્દો તમારે પોતાની જાતને કહેવા પડશે :

- હું ઈશ્વર ને પ્રેમ કરું છું અને એ પણ મને પ્રેમ કરે છે.
- હું ઈશ્વર માં અને એના કાર્ય માં વિશ્વાસ રાખું છું.
- હું સર્વદા સત્ય બોલીશ.
- હું આજ થી ક્યારેય ખોટું બોલીશ નહિ.
- હું આજ થી ક્યારેય ગુસ્સે થઈશ નહિ.
- હું આજ થી ક્યારેય ઈર્ષાળુ થઈશ નહિ.
- હું હમેશા પ્રમાણિકતાથી કામ કરીશ.
- હું મારી સ્કૂલમાં નિયમિત હાજરી આપીશ.
- હું ઓફિસ સમયસર પહોંચીશ.
- હું ખાદ્ય વસ્તુનો બગાડ કરીશ નહિ.
- હું મારું ભોજન પૂરું કરીશ.
- હું બધા મોટાઓને માન આપીશ.
- હું મારા પાડોશીને માન આપીશ.
- હું બાળકોને પ્રેમ કરીશ.
- હું હંમેશા નીતિ નિયમોનું પાલન કરીશ.
- હું ક્યારેય પશુપંખીઓને હાનિ પહોંચાડીશ નહિ.
- હું ક્યારેય ફૂલ, છોડ અને ઝાડને હાનિ પહોંચાડીશ નહિ.
- હું ક્યારેય રસ્તામાં કચરો નાખીશ નહિ .
- હું ક્યારેય બીજાને ઇજા પહોંચાડીશ નહિ.
- હું ક્યારેય .... નહિ વગેરે.

આ હકારાત્મક વિધાનો રોજ સવારે સ્કુલ અથવા ઓફિસ જતા પહેલાં ત્રણ વાર મોટેથી વાંચો અને ત્રણ વાર સૂતા પહેલા વાંચો અને ટૂંક સમયમાં જ તમારા જીવનમાં હકારાત્મક ફેરફારો આવતાં તમે જોઈ શકશો.

તમારો આત્મવિશ્વાસ વધારવા માટે મહત્વની ટીપ્સ :

- પહેલા તમારા બધાં જ ભય અને નબળાઈ શોધો અને તેમને નોંધી/લખી લો.આમ કર્યા બાદ જ તમે તેમને દૂર કરવાં યોગ્ય પગલાં લઈ શકશો.
- હકારાત્મક વિચારો, હકારાત્મક કાર્ય કરો અને હસતા રહો. આ તમારા વ્યક્તિત્વમાં સુધારો કરશે. ધીમે ધીમે તમે આવા જ હકારાત્મક વલણ ધરાવતાં અન્ય નવા લોકોને મળશો. તમારી આસપાસ બધે જ સારી ઉર્જા વહેતી હોવાને કારણે તમારો આત્મવિશ્વાસ આપમેળે વધવા પામશે.
- સદાયે તમારી પ્રવૃત્તિમાં સક્રિય અને સજાગ રહો. ધીમે ધીમે તમારી અંદર આત્મવિશ્વાસ ફૂટતો તમે અનુભવી શકશો.
- વર્તમાન ઘટનાઓ તમારી જાતને વાકેફ રાખો, ખાસ કરીને તમારા અભ્યાસ સાથે સીધી જોડાયેલી બાબતોથી. આમ તમે ઈન્ટરનેટ, અખબાર, તથા જુદી જુદી ટી.વી. ચેનેલો મારફત અથવા મિત્રો અને વડીલો પાસેથી કરી શકો.
- સમજદાર, વિદ્વાન અને સફળ માણસો મોટા ભાગે બધાજ આત્મવિશ્વાસ ધરાવતાં હોય છે. તેઓ સર્વદા ખુબ વિનમ્રતાથી અને સભ્યતાથી વાત કરે છે અને ધ્યાન થી સાંભળે છે. આવી સારી આદતો ધીમેથી અને સતત કેળવતા રહો.
- તમારી આવડતોનો વિકાસ કરો,શરૂઆતમાં નાના નાના પગલાં લઈને જેથી તમે પોતે જ તમારા વિકાસને માપી તેમજ તેનું વિશ્લેષણ કરી શકો.આ રીતે,તમે તરત જ સુધારાત્મક પગલાં લેવાની પણ શરૂઆત કરી શકશો અને કોઈ જ પ્રકારના અણગમા કે નિરાશાને પછીથી આવતાં રોકી શકશો.

- ઝડપી ચાલીને,પ્રમાણસર વ્યાયામ કરીને કે એક છોડીને એક દિવસે કે સપ્તાહાંતે એરોબીક્સ કરીને તમે તમારી જાતને શારીરિક તેમજ માનસિક રીતે ચુસ્ત રાખી શકો છો.તમારી અનુકૂળતા મુજબ તમે આ માટે સવારનો કે સાંજનો સમય પસંદ કરી શકો છો.
- પહેલેથી જ સફળ અને સમાજમાં આદરણીય છે એવા લોકો સાથે તમારા સારા અને મૈત્રીપૂર્ણ સંબંધ વિકસાવો.એ લોકો ના અથાગ પરિશ્રમ, સમર્પણ અને સફળતાની હ્રદયપૂર્વક સરાહના કરો. એ લોકો મોટે ભાગે સારા અને નમ્ર હોય છે.એ લોકો તમારા લક્ષ્યાંકો સિદ્ધ કરવામાં તમને માર્ગદર્શન આપશે અને બધીજ જરૂરી મદદ કરશે.
- બાકી રહેલ કામો મગજ ને મૂંઝવે છે અને આત્મવિશ્વાસ ઘટાડે છે. મહેરબાની કરી તમારા કામમાંથી વિલંબ દૂર કરો એ બને એટલા જલ્દી પૂરા કરો.
- તમારી જાતને સદાયે કોઈક ને કોઈક પ્રવૃત્તિમાં વ્યસ્ત રાખો.ક્યારેય ખાલી બેસો નહિ કે તમારા સમય,પ્રયત્નો અને સ્ત્રોતોને નકામી પ્રવૃત્તિમાં વેડફો નહિ.સર્જનાત્મક રીતે વપરાયેલો તમારો સમય તમને ઉત્સાહીત કરે છે અને પ્રેરણા આપે છે.અપ્રત્યક્ષ રીતે અને ધીમે ધીમે,એ તમારી હિંમત અને તમારો આત્મવિશ્વાસ વધારે છે.
- કામમાં સારા હોવું એ તમારા આત્મવિશ્વાસ માટે ઘણું અગત્યનું છે.આ માટે,કોઈ પણ કાર્યમાં આ બધાં જ પોઇન્ટ્સ હંમેશા ધ્યાનમાં રાખો અને મોટા નાના એમ દરેક પોઇન્ટ્સ પર પૂરતું ધ્યાન આપો.
- સમસ્યાઓ,ચિંતાઓ અને માર્ગમાં આવનારા તણાવ વગેરેમાં ફસાયા વગર,તમારું ધ્યાન સ્વ-વિકાસ અને તમારી આવડતોના વિકાસ પર વધુ કેન્દ્રીત કરો.
- તમારી સમર્થતાને ધ્યાનમાં રાખીને નાના કે મધ્યમ કદના પાર પાડી શકાય એવાં લક્ષ્યાંકો નિર્ધારીત કરો.તેઓ બીજા લોકોના આયોજન કે લક્ષ્યાંકોને ધ્યાનમાં રાખીને અથવા તેમની સાથે સ્પર્ધા કરવા બનાવ્યાં હોવા જોઈએ નહિ.

તમે જેવા છો તેવા જ બની રહો.તમે અન્ય સેંકડો અને હજારો કરતાં વધુ સારા છો. દરેકે દરેક માણસ નોખો જન્મે છે અને અન્ય કરતાં ચઢિયાતા ખાસ લક્ષણો ધરાવતો હોય છે.આથી તમારી જાતને સતત અન્યો સાથે સરખાવવાનું બંધ કરો જેથી તમને કોઈ પ્રકારની લઘુતા ગ્રંથિ બંધાઈ ન જાય.

એને બદલે તમારા કૌશલ્ય અને સમર્થતાઓ પર ધ્યાન કેન્દ્રીત કરો અને તમારી નબળાઈઓને સુધારવાનું શરૂ કરો.ટૂંક સમયમાં જ તમે વિશ્વના સૌથી વધુ કૌશલ્ય ધરાવનાર,સફળ અને વિશ્વાસુ લોકોની બરાબરીમાં આવી જશો.

સલાહ : આ એક અદભૂત પ્રકરણ છે જે સફળ વ્યક્તિઓના કેટલાક અનોખા અને છૂપા રહસ્યો તમારી સમક્ષ રજૂ કરે છે.તમે એને જેટલા વધુ અનુસરશો અને અમલી બનાવશો એટલા વધુ સારા પરિણામોની તમે આશા રાખી શકશો અને તેમને પ્રાપ્ત કરી શકશો.

પરીક્ષા પૂર્વે તૈયારીના દિવસો

તૈયારીના દિવસો એટલે પરીક્ષા પહેલાનાં માત્ર ગણતરીના જ થોડા દિવસો.આ દિવસો તમારા લક્ષ્યાંકો સિદ્ધ કરવા માટે,પ્રશંસા પાત્ર બનવા માટે અને તમારા જીવનની સફળતાનો પાયો ચણવા માટે અતિ મહત્વના દિવસો છે.તમારા ભવિષ્યને સદાને માટે બદલી નાંખવા નીચે કેટલાક પગલાં આપ્યાં છે જે તમને આ થોડાં અતિ અગત્યના દિવસો કઈ રીતે પસાર કરવા તેનું માર્ગદર્શન આપશે.

તરોતાજા અને તંદુરસ્ત રહો

તાજું અને આરામમાં રહેલું મગજ ભરપૂર માહિતીનો સંગ્રહ કરી શકે છે અને ખાસ કરીને તો આ સ્થિતીમાં મગજની યાદ રાખવાની અને કરવાની શક્તિમાં ઘણો સુધારો જોવા મળે છે.મતલબ કે તમે જલ્દીથી ગ્રહણ કરશો અને ઝડપથી શિખી શકશો. જ્યારે તમે કંઈક યાદ કરવાનો કે વ્યક્ત કરવાનો પ્રયાસ કરતાં હશો ત્યારે તમે અટકી નહિ જાવ કે તમને એ માહિતી યાદ કરવામાં લાંબો સમય નહિ લાગે.પરિણામે પરીક્ષા સમયે તમારી ઝડપ ઘણી સારી રહેશે.એનાથી તમારો આત્મવિશ્વાસ પણ વધશે અને તમે વધુ સારો દેખાવ કરવા અને કોઈ પણ ભોગે

આજની તારીખ : --/--/--
(કૃપા કરી પેન્સિલથી લખો)

શ્રેષ્ઠ સાબિત થવા પ્રેરણા પામશો.

ઉપર મુજબના પરીણામ મેળવવા મગજ અને શરીર બંને તંદુરસ્ત હોવા જોઇએ.તંદુરસ્ત શરીરનો આધાર હળવી વ્યાયામ અને સમતોલ આહર દ્વારા મળતા યોગ્ય પોષણ પર રહેલો છે.

તંદુરસ્ત શરીર હળવી કસરતો અને સમતોલ આહાર દ્વારા મળતા યોગ્ય પોષણ પર આધાર રાખે છે. બને ત્યાં સુધી ઘરે રાંધેલું હળવું ખાવાનું જ ખાવ,વધુ પડતા અને બહારના જન્ક ફુડનો ત્યાગ કરો.પૂરતો આરામ પણ લો,નાના નાના વિરામ અને યોગ્ય સમયે ઉંઘ લો.સુટેવો અપનાવવી અને કુટેવોથી દૂર રહેવું તો સોનામાં સુગંધ ભળ્યા જેવું ગણાશે.

વિદ્યાર્થીઓને આટલી વસ્તુઓ મળવી જોઇએ :

- તંદુરસ્ત અને હળવો સવારનો નાસ્તો જેમાં બટર ટોસ્ટ અથવા રોટલી/ભાખરી સાથે ગરમ દૂધનો સમાવેશ થવો જોઇએ.અઠવાડિયામાં એક-બે વાર ઇંડુ,દરરોજ પાંચ-સાત છોલેલી બદામ જે આખી રાત પાણીમાં પલાળેલી હોય.આ બધું બાળકોને આખા દિવસ દરમ્યાન જોઈતી ઉર્જા પૂરી પાડે છે જેથી તેમને આળસ આવે નહિ.
- એક સારા ડાયેટીશિયનનો સંપર્ક કરો અને તમારી અનુકૂળતા અને આર્થિક દ્રષ્ટીએ પરવડે તેટલી માત્રામાં તેના નિયમિત સંપર્કમાં રહો.તમે આ નિર્ણય માટે પોતાની જાતના આભારી રહેશો.આ રીતે તમે સદાયે તેમના નિરીક્ષણ હેઠળ રહેશો.તે તમારા માટે યોગ્ય એવો તમારા આરોગ્ય અને શરીરની જરુરિયાત પ્રમાણેનો ચોક્કસ ડાયેટ ચાર્ટ તૈયાર કરશે.એક સારો ડાયેટ ચાર્ટ તમારા માટે એક તંદુરસ્ત અને સક્રિય જીવન શૈલી સુનિશ્ચિત કરશે અને તમને આળસ અને બિમારીઓમાંથી મુક્તિ અપાવશે.
- ભલે તમને ઘણાં અન્ય ડાયેટ ચાર્ટ અને ટીપ્સ નિશુલ્ક જાણવા મળશે પણ લાંબા ગાળે તે તમારા માટે ઉપયોગી સાબિત નહિ થાય.દરેક વ્યક્તિનું આરોગ્ય અને ડાયેટ અન્ય વ્યક્તિ કરતા ભિન્ન હોય છે.આવા ચાર્ટ તમારી ખાસ જરુરિયાતને ધ્યાનમાં રાખીને તૈયાર કરાયા હોતા નથી.આથી તે તમારા માટે વધુ ઉપયોગી નથી હોતાં,ઉલટું એ તમને નુકસાન પહોંચાડી શકે છે.જેમ શિક્ષક તમારા શિક્ષણનું ધ્યાન રાખે છે એ જ રીતે ડાયેટીશિયન તમારી તંદુરસ્તીનું ધ્યાન રાખે છે.જીવનમાં આગળ વધવા માટે પૈસા ચૂકવીને પ્રશિક્ષકની સહાય લો.તમારે એક જ જીવન જીવવાનું છે.આથી સારી રીતે જીવો અને જીવન માણો.

- તમારી મેળે દવાઓ,ટોનીક્સ,આરોગ્ય માટેના અને ફુડ સપ્લીમેન્ટ્સ લેવાનું ટાળો.આ બધી વસ્તુઓ કડક રીતે સારા ડોક્ટર કે ડાયેટિશિયનના નિરીક્ષણ હેઠળ જ ઉપયોગમાં લેવાવી જોઇએ.ઘણી વાર આ બધી વસ્તુઓ તમારી સ્મરણ શક્તિ વધારતી હોય કે તમને જાગૃત અને સક્રિય રાખતી હોય એવું ભાસે છે.પણ ઘણાં લોકો પાછળથી તેના અનેક નકારાત્મક પરીણામો ભોગવતા હોય છે.મહેરબાની કરીને આ બધી માહિતીથી માહિતગાર રહો અને વિદ્યાર્થી જીવન દરમ્યાન આવી વસ્તુઓથી દૂર રહો.
- વિદ્યાર્થીઓએ તેમના વિરામ સમયે પોતાની જાતને હળવા પીણા,તાજા ફળો કે શાકભાજીના રસ,સૂપ પીને અથવા મોસમી ફળો ખાઈને તરોતાજા રાખવી જોઇએ.
- બપોરના ભોજનમાં તેમને યોગ્ય, ઘેર રાંધેલો ખોરાક અપાવો જોઇએ જેમાં રોટલી,ધાન્ય,શાકભાજી,થોડા ભાત,દહિ,સલાડ વગેરે સહિત છેલ્લે કંઈક ગળ્યા પદાર્થનો સમાવેશ થવો જોઇએ.ઘણાંનો મૂડ આ દ્વારા સુધરી જાય છે.
- સાંજે ૪-૬ બિસ્કીટ સાથે થોડું ગરમ દૂધ અપાવું જોઇએ.અઠવાડિયામાં બે વાર મૂઠ્ઠી ભેર સૂકોમેવો ખાવાથી શરીરને જરૂરી મલ્ટી વિટામીન્સ અને ખનિજ તત્વોનો પુરવઠો મળી રહે છે.
- મોડી સાંજે વિદ્યાર્થીઓને હળવું વાળુ અપાવું જોઇએ જેથી પાછળથી તેઓ રાતે અભ્યાસ કરતી વેળાએ નિદ્રાધીન ન અનુભવે.વાળુ બની શકે ત્યાં સુધી સૂવાના ૨-૩ કલાક પહેલા લેવું જોઇએ.તેનાથી પાચન સારી રીતે થાય છે અને મોટા ભાગે લોકોમાં જોવા મળતી એસીડીટી અને ગેસ જેવી સમસ્યાઓથી બચી શકાય છે.
- અને છેવટે અડધો-એક ગ્લાસ દૂધ સૂતા પહેલા લેવાથી સવાર સુધી ઉર્જા મળી રહે છે અને સારી ગાઢ નિદ્રા મળી રહે છે.
- જીવન પ્રત્યેના હકારાત્મક અભિગમથી તંદુરસ્ત મન કેળવાય છે.તેનાથી તણાવ,ચિંતાઓ અને ભાર કે ડર બને એટલા ઓછા રહે છે.અહિં તરકીબ મનને આખો દિવસ તંદુરસ્ત અને સક્રિય રાખવાની છે જેથી શિખવું ઝડપી અને વધુ સારું બની રહે છે.

પ્રેરણા

પ્રેરણા વિદ્યાર્થીઓને વર્ગમાં સારામાં સારો દેખાવ કરવા,પ્રશંસાપાત્ર બનવા,લક્ષ્યાંકો સિદ્ધ કરવા,માતાપિતાની આકાંક્ષાઓ ને મહેચ્છાઓ પૂર્ણ કરવા પીઠબળ પૂરું પાડે છે. આનાથી તેમનો રસ દિવસરાત કલાકો સુધી ભણવામાં જળવાઈ રહે છે.

ધીરજ

ગમે તેવી પરિસ્થિતીમાં ધીરજ મનને શાંત અને કાબૂમાં રાખવામાં મદદ કરે છે. આ દિવસોમાં તૈયારીનો તણાવ ભારે વધુ હોવાને લીધે સ્વભાવ ચિડીયો અને ક્રોધ વાળો થઈ જાય છે. માત્ર ધીરજ આવા અવરોધોનો સામનો કરવામાં મદદ કરે છે.

ઈલેક્ટ્રોમેગ્નેટીક રેડીએશન(EMR)થી દૂર રહો

જ્યારે લોહચુંબક ધરાવતા ઈલેક્ટ્રોનીક સાધનમાંથી વિજળી પસાર થાય છે ત્યારે તે સાધન માંથી ઈલેક્ટ્રોમેગ્નેટીક રેડીએશન (EMR) નો સ્રાવ થાય છે.આજકાલ આપણું જીવન ધીમે ધીમે વધુ અને વધુ સ્વયંસંચાલિત અને વિજળીથી ચાલનારા સાધનોના ઉપયોગ તરફ ઢળતું જાય છે જે લોહચુંબક ધરાવતાં હોય છે.જેવા કે મોબાઈલ ફોન,લેપટોપ અને ડેસ્કટોપ કોમ્પ્યુટર,ટીવી,રેડિઓ,રેફ્રિજરેટર,માઈક્રોવેવ ઓવન,ઈલેક્ટ્રીક ચિમની,વોશિંગ મશીન,એર કન્ડિશનર અને બીજા આવા ઘણાં સાધનો આપણે વાપરીએ છીએ.કેટલાક ઓછું રેડિએશન બહાર ફેંકે છે તો કેટલાક વધુ.

એ વાપરતી વખતે કેટલા અંતરે રખાયા છે તેમજ કેટલી વાર તેમનો ઉપયોગ કરાય છે તેના પર પણ ઘણો આધાર રહેલો છે.

મોબાઈલ ફોન,રેડિયો,ટી.વી.,ઇન્ટરનેટ સાથેનું લેપટોપ - આ બધાં એવાં ઉપકરણો છે જે રેડિયો ફ્રિક્વન્સીસ ગ્રહણ કરે છે અને તેમને શરીરથી દૂર રાખવા કે પકડવા જોઇએ.આ ફ્રિક્વન્સીસ ઇલેક્ટ્રોમેગ્નેટીક રેડિયેશન સાથે મળીને શરીર ના ચેતાતંત્ર પર,ખાસ કરીને મગજ પર વિનાશક અસર પહોંચાડે છે.આજકાલ મોબાઈલ ફોન્સ અને લેપટોપ્સનો વપરાશ જુવાનિયાઓમાં સૌથી વધુ જોવા મળે છે અને તેમનો વપરાશ પણ કૂદકે ને ભૂસકે વધતો જાય છે.મહેરબાની કરીને આ ઉપકરણોનો મર્યાદિત ઉપયોગ કરો.

તમારો મોટા ભાગનો સમય અભ્યાસખંડમાં વિતાવો

જેટલો તમે વધુ અભ્યાસ કરશો,તેટલી વિષયોની તમારી સમજ વધુ સરળ બનશે. અભ્યાસમાં પરોવેલું મન બીજે ક્યાંય ભટકી નહિ શકે અને તેથી એ પાછું પુસ્તકો તરફ જ વળશે.આ આપમેળે ચાલતું વર્તુળ બની જશે.સતત ભણતા રહેવાના ફાયદા અનેક અને આશ્ચર્યકારક છે.બાળકો જેટલો વધુ અભ્યાસ કરશે તેટલા તેઓ વધુ સંસ્કારી,સક્રિય અને સતેજ મગજ ધરાવનારા બનશે.

તમારા ઓરડામાં હળવી વ્યાયામ કરો

તરોતાજા થવા તમારા અભ્યાસખંડમાં કે અગાશીમાં થોડી હળવી કસરત કરો.આ

કસરત કંઈક આવી હોઇ શકે છે - હાથ સીધા ઉપર રાખો અને તમારા શરીરને આગળ તરફ વાળો,પાછળ તરફ વાળો કે ડાબી-જમણી બાજુ વાળો.મોટે ભાગે શરીર બેઠેલી સ્થિતીમાં હોય છે આથી જો થોડી વાર તમે કઠણ સપાટી પર સીધા સૂઈ જાવ તો પણ તમને ઘણો આરામ મળશે.આ કસરતો તમારા સ્નાયુઓ અને નસોને આરામ આપે છે,તાણથી મુક્ત કરે છે અને શરીર કે મનને કોઈ રીતે થકવી પણ નાખતી નથી. આ કસરત ખાલી પેંટે જ અથવા ખોરાક લીધા પછી ૩ - ૪ કલાક બાદ કરો.તમે કોઈ સારા ડોક્ટરની સલાહ પણ લઈ શકો.

શરીરનો મસાજ

એ દિવસોમાં નિયમિત રીતે લેવાતો શરીરનો મસાજ ઉર્જા અને તાજગીથી તમારા શરીરને ભરી દે છે.એ તમારા મન અને શરીર બંને ને આરામ આપે છે.આ બીજી પ્રવૃત્તિ છે જે આખી પ્રક્રિયા દરમ્યાન તમારી ઉર્જા વાપરતી નથી.ઉલટું એ તમને પૂરા જોશ અને વધેલી ઉર્જા સાથે પરીક્ષા માટે તૈયાર કરે છે.જો સમયનો અભાવ હોય તો તમે ફક્ત માથાનો અને ચહેરાનો મસાજ લઈ શકો છો.એ પણ આખા શરીરના મસાજની જેમજ તાજગી બક્ષે છે.

અઘરાં વિષયોમાં રસ કઈ રીતે પેદા કરવો?

ઓછાં રસપ્રદ વિષયો કે મુદ્દાઓ માટે વધુ સમય,ધીરજ અને સમજણ ફાળવવાં પડે છે.ધીમે ધીમે,એ વિષયો અર્થપૂર્ણ લાગવા માંડશે.

અને તે તમને સમજાવા પણ માંડશે. આવા વિષયોનું પુનરાવર્તન જે વિષયોની પરીક્ષા પહેલેથી લેવાવાની નક્કી જ હોય તેમની સાથે ફરી ફરી કરાવું જોઇએ.આ સંદર્ભે તમારા માતાપિતા,શિક્ષકો,ગુરુઓ અને ઉપરીઓની સલાહ અને મદદ પણ લેવી જોઇએ.

આયોજન

તમે ઘણાં કલાકો સુધી ખૂબ મહેનત કરી અભ્યાસ કર્યા કરો પણ જો પૂર્વ આયોજન વગર,તો તમે ધાર્યું પરીણામ મેળવી શકતા નથી.એ બધાં વિદ્યાર્થીઓ જે પદ્ધતિસર અભ્યાસ કરે છે,તેમના શિક્ષકો સાથે નિયમિત સંપર્ક જાળવે છે અને સમયાંતરે તેમનું માર્ગદર્શન મેળવતા રહે છે,તેમના પરીણામ સાવ ભિન્ન હોય છે.તૈયારીના દિવસોનું આયોજન આખા વર્ષના આયોજન કરતા જુદું હોય છે.

લાંબા કલાકો સુધી અભ્યાસ કરો

જે વિદ્યાર્થીઓ વધુ અભ્યાસ કરે છે,તેઓ વધુ શિખે છે અને શિખેલું વધુ યાદ રાખી

શકે છે.લાંબા સમય સુધી અભ્યાસ કરવાનાં બે મુખ્ય ફાયદા છે. વિદ્યાર્થીઓ જેટલી વધુ વાર વાંચશે અને લખશે એટલી તેમના મનમાં સ્પષ્ટતા વધશે અને તેઓ અન્યો કરતાં વધુ સારા માર્ક્સ પ્રાપ્ત કરશે.આરામ કરવો,મોજમજા કરવી અને રમવું ભલે અગત્યનું હોય પણ પરીક્ષાની તૈયારીના દિવસોમાં આ પ્રવૃત્તિઓ પર કાપ મૂકવો જોઇએ.

સવારને પ્રાથમિકતા આપો

વહેલી સવારના કલાકોમાં અભ્યાસ કરવો એ અભ્યાસ માટે અને શિખેલું યાદ રાખવા માટે વધારે સારું અને કુદરતી રીતે વધુ મોહક છે. માનવ શરીર દિવસ અને રાતના ચક્ર મુજબ વધુ સારી રીતે કામ કરવા ખાસ રીતે નિર્માયું હોય છે.મોડી રાત સુધી અભ્યાસ કરવાની ઘણી વિપરીત અસર પણ થાય છે.આથી તમારી અનુકૂળતા પ્રમાણે તમારી પોતાની પદ્ધતિ પસંદ કરી તેનું આયોજન કરો.

શાંતિમાં અભ્યાસ કરો

શાંતિમાં અભ્યાસ કરવો એ એકલતામાં પુસ્તકોનું ધ્યાન ધરી અભ્યાસ કરવા બરાબર છે. એ ઉર્જાનો પણ ઘણો બચાવ કરે છે.પરીક્ષાના દિવસોમાં અભ્યાસનો ભાર હોવાને લીધે વિદ્યાર્થીઓએ શાંતિમાં અભ્યાસ કરવો જોઇએ. આથી શાંતિ વધુ સારા અને ઝડપી અભ્યાસમાં મદદ કરે છે.

આળસ ટાળો

આળસ વિદ્યાર્થી જીવન દરમ્યાન તેમના માટે શાપ રુપ છે.વિદ્યાર્થીઓ જે કોઈ સારા ગુણો અને સારી આદતો ધરાવતાં હોય તેનો પણ એ નાશ કરે છે અને પરીક્ષાની તૈયારીના દિવસોમાં એ ભારે નુકસાનકર્તા સાબિત થાય છે.

સીધા ટટ્ટાર બેસો

અભ્યાસ માટે હંમેશા સીધા ટટ્ટાર બેસો બને તો એક ટેબલ અને એક ખુરશી લઈને. ધ્યાનપૂર્વક,સારી રીતે શિખવા માટે અને ઓછા થાક તથા લાંબા કલાકો માટે આ અભ્યાસ કરવા બેસવાની સૌથી વધુ યોગ્ય સ્થિતી છે.

તમારી નોંધોનું પુનરાવર્તન કરો

નોંધો વિષયવસ્તુનું મહત્વ જળવાઈ રહે એ રીતે તૈયાર કરાયેલું તેમનું સંક્ષિપ્ત સ્વરૂપ,સાર છે.પરીક્ષાના દિવસોમાં તે વિદ્યાર્થીઓ પરનું દબાણ ઘટાડે છે. નોંધોની મદદથી વિદ્યાર્થીઓ તેમના સંપૂર્ણ અભ્યાસક્રમનું ઓછા સમયમાં પુનરાવર્તન કરી શકે છે.આ તેમના ઘણાં સમય અને મહેનત બચાવે છે.

મદદ માટેની માર્ગદર્શિકાઓ

દરેક વિષયના જુદા જુદા નિષ્ણાત વ્યવસાયિકો,શિક્ષકો,વ્યાખ્યાનકારો અને અધ્યાપકો,શિક્ષણશાસ્ત્રીઓ દ્વારા તેમના કૌશલ્યના વિષયની મદદ માટેની માર્ગદર્શિકાઓ મળે છે.આ માર્ગદર્શિકાઓ અભ્યાસક્રમના વિષયવસ્તુને સરળ રીતે સમજવાનો બીજો માર્ગ પૂરો પાડે છે.તેઓમાંના કેટલાકે પોતે સંકલિત કરીને નોંધો,પાછલા વર્ષોના ઉકેલેલા પ્રશ્નપત્રો,સામાન્ય કસોટી મનોયત્નો વગેરે પણ તૈયાર કર્યા હોય છે.આ બધાનો પણ ઉપયોગ કરો તેનો વાંધો નહિ પરંતુ તેનો આશય સમજવા માટે થવો જોઈએ નહિ કે નોંધોની નકલ કરી ટૂંકો માર્ગ અપનાવવા.

> સલાહ : આ પ્રકરણ વિદ્યાર્થીઓ માટે અતિ અગત્યનું છે.જો તમે અહિ સૂચવેલી પદ્ધતિઓ મનમાં યાદ રાખશો અને તે પ્રમાણે કામ કરશો તો ચોક્કસ અન્યો કરતાં આગળ રહેશો.શક્ય છે કદાચ તમને આમાંની કેટલીક તરકીબ ખબર હોય,પણ તેમને અનુસરશો તો જ તમને પરીણામ મળશે. આથી તેમને આજથીજ અનુસરવા માંડો.

પ્રશંસાપાત્ર કઈ રીતે બનશો?

અભ્યાસમાં શ્રેષ્ઠતા અને ખૂબ સારા ગુણાંક પ્રાપ્ત કરવા એ વિદ્યાર્થીઓના જીવનની સફળતાનો અતિ મોટો અને મહત્વનો માપદંડ છે.વિદ્યાર્થી જીવન જ એક એવી અવસ્થા છે જે જીવનને હકારાત્મક દિશા આપે છે અને તેમની કારકિર્દી અને વ્યક્તિત્વને સુયોગ્ય આકાર આપે છે.મહેનત અને અભ્યાસ પ્રત્યે સમર્પિતતા, લક્ષ્યાંક નિર્ધારીત કરવા અને તે સિદ્ધ કરવા આયોજનપૂર્વક પ્રયાસ કરવા આટલું જ એ માટે જરૂરી છે. સારી આદતો અપનાવવી,વિકસાવવી અને આચરણમાં મૂકવાથી આત્મવિશ્વાસ અને હિંમત સર્જાય છે અને આથી વિદ્યાર્થીઓ દરેક ક્ષેત્રે સફળતા મેળવવા દોરાય છે.

અભ્યાસ કરવો, વિચારવું અને વિશ્લેષણ કરવું

ઉંડાણપૂર્વક વિચાર કરવો,સ્વ-વિશ્લેષણ અને નિયમિત રીતે નમૂના પ્રશ્નપત્રો ઉકેલવા વિષયવસ્તુના સારને સમજવા ફરજિયાત છે.અન્યથા બધી મહેનત અને સમર્પિત કરેલો સમય વેડફાઈ જશે અને માત્ર વાંચવાની એક કસરત બની રહેશે.સારી રીતે અભ્યાસ કર્યો હશે તો સારી રીતે યાદ રહેશે જેના પરિણામે પરીક્ષા દરમ્યાન વાંચેલી માહિતી સારી રીતે યાદ પણ કરી શકાશે.એનાથી પરીક્ષામાં લખવાની ઝડપ પણ વધશે,નિયત સમય કરતા વહેલું પ્રશ્નપત્ર પૂર્ણ થઈ શકશે અને ઉત્તરપત્ર સુપરત કર્યા પહેલા પૂર્ણપણે તમે તેની સમીક્ષા કરી શકશો.

ખાનગી શિક્ષણ (કોચીંગ)

ખાનગી શિક્ષણ (કોચીંગ) એ વિદ્યાર્થીઓને ભણાવવાનો અને કેળવણી આપવાનો અન્ય પદ્ધતિસરનો માર્ગ છે.વર્ગમાં જે રીતે સામાન્ય રીતે ભણાવવામાં આવે છે તેના કરતા એ તદ્દન ભિન્ન હોય છે.સારું કોચિંગ ઘણી ઉંચી કિંમત આપીને પ્રાપ્ત કરી શકાય છે.શાળામાં અનુસરાતી શિક્ષણ શૈલી જુદા જુદા સામાજિક અને આર્થિક વર્ગમાંથી આવતા દરેક વિદ્યાર્થીઓને,તેમના સામાન્ય બુદ્ધિસ્તર અને એપ્ટીટ્યુડને ધ્યાનમાં રાખીને તૈયાર કરાઈ હોય છે.આથી જે વિદ્યાર્થી ઓને શ્રેષ્ઠ દેખાવની અપેક્ષા હોય છે,પ્રશંસાપાત્ર

આજની તારીખ : --/--/--
(કૃપા કરી પેન્સિલથી લખો)

બનવું હોય છે તેઓ પોતાના જ્ઞાન અને કૌશલ્ય વધારવા કોચીંગ કેન્દ્રનો સંપર્ક કરે છે.

કોચીંગ કેન્દ્રો જુદા જુદા ક્ષેત્રોના ખાસ બુદ્ધિમાન નિષ્ણાતોને રોકી ખાસ ટીમ બનાવે છે.તેઓ વિદ્યાર્થીઓને અનોખા પ્રકારની સરળ તરકીબ દ્વારા ભણાવે છે અને કેળવે છે. અને નોંધો પણ આપે છે.વિદ્યાર્થીઓ પોતે પોતાની સમજ અને દેખાવમાં નોંધપાત્ર સુધારાઓ અનુભવે છે.

પાછલા વર્ષોનાં પ્રશ્નપત્રો ઉકેલો

વિદ્યાર્થીઓએ પરીક્ષા પહેલા જ પ્રશ્નપત્રનું માળખું સમજી લેવું જોઇએ અને પ્રશ્નોનો જવાબ લખવાની સૌથી વધુ સુયોગ્ય પદ્ધતિ અપનાવવી જોઇએ.શ્રેષ્ઠ પદ્ધતિ એ છે કે પાછલા થોડા વર્ષોના પ્રશ્નપત્રો વારંવાર ઉકેલવા.તમારા પોતાના દેખાવનું વિશ્લેષણ કરો અને તમારા શિક્ષકોનું માર્ગદર્શન લો અને તમારા પ્રયત્નો,માર્ક્સ અને કૌશલ્ય સુધારો.આનાથી વિદ્યાર્થીઓનો આત્મવિશ્વાસ અનેકગણો વધી જાય છે.આ પ્રશ્નપત્રો આખા અભ્યાસક્રમને આવરી લે છે અને આમ પુનરાવર્તન પણ ઘણી વાર શક્ય બનાવે છે.

લક્ષ્ય નિર્ધારીત કરવા

અભ્યાસમાં શ્રેષ્ઠ દેખાવ માટેની એક મુખ્ય જરૂરિયાત લક્ષ્ય નિર્ધારીત કરવા અને પછી એ માટે જરૂરી પ્રયાસો સમર્પિત ભાવે કરવા એ છે.લક્ષ્યો નિર્ધારીત કરવા એ સંપૂર્ણ પણે વિદ્યાર્થી પર આધાર રાખે છે.અભ્યાસ કરવા માટે કેટલી તૈયારી કરવી તેનો આધાર જે સ્તરના લક્ષ્યો નિર્ધારીત કર્યા હોય તેના પર રહેલો છે.

કેટલાક લક્ષ્યો કે આકાંક્ષાઓ આ પ્રકારના હોઈ શકે છે : પહેલેથી જ વર્ગમાં અન્યો કરતાં આગળ રહેવું.અહિતહિ ભટ્કયા વગર પ્રાપ્ય સ્ત્રોતોના શ્રેષ્ઠ ઉપયોગ થકી અભ્યાસ પર ધ્યાન કેન્દ્રીત કરવું.પરીક્ષામાં ઉચ્ચ ગુણાંક પ્રાપ્ત કરવા અને પ્રશંસાપાત્ર બનવું.કેટલાક વિદ્યાર્થીઓ ઉચ્ચ અભ્યાસ માટે ખ્યાતનામ શિક્ષણસંસ્થામાં પસંદગી પામવાનો લક્ષ્ય નિર્ધારીત કરે છે તો કેટલાક વળી પોતાના જ દેશમાં કે પરદેશમાં શ્રેષ્ઠ ઉદ્યોગ સંસ્થામાં નોકરી પામવાનો લક્ષ્ય સેવે છે.

સમયનો સદુપયોગ

શાળા અને ઘર આ બે જગાઓએ વિદ્યાર્થીઓ પોતાના દિવસનો મહત્તમ સમય પસાર કરે છે.શાળામાં પસાર થતા સમયને જુદા જુદા પિરિયડ્સમાં વિભાજીત કરાયો હોય છે.ઘરે મળતો ગુણવત્તાભર્યો સમય આશરે છ કલાકનો હોય છે.આ સમયને ધ્યાનમાં રાખવાનો હોય છે અને મહત્તમ લાભ મેળવવા માટે તેનો યથાયોગ્ય ઉપયોગ કરવો પડે છે.ઘેર પણ એક સમયપત્રક તૈયાર કરવું જોઇએ અને તેને કડક રીતે અનુસરવું

જોઇએ જેથી શાળાના વર્ગ સાથે તેનો તાલ મળે.

આ જ રીતે, બધાં જ વિષયો વર્ગમાં પૂર્ણ સજાગતા અને ધ્યાન સાથે ભણવા જોઇએ.શાળાના વર્ગમાં જ્ઞાનનું ગ્રહણ અને શિખવું મહત્તમ હોય છે તેનો લાભ લેવો જોઇએ.આ રીતે સમયનો પણ સદુપયોગ થયો ગણાશે.આમ કરવાથી પરીક્ષા સમયે જે વસ્તુઓ વર્ગમાં ભણી હતી તે યાદ કરવી પણ ઝડપી બને છે.

કુટેવો અને લાગણીઓ પર અંકુશ

સમય અને ઉર્જા આ બે સ્રોતો મર્યાદિત હોય છે અને વિદ્યાર્થીઓના જીવનમાં હંમેશા ઓછા પડતા હોય છે.તેમનું ધ્યાન રાખવાની જરૂર હોય છે અને આથી તેમની જાળવણી અને ઉપયોગ યોગ્ય રીતે થવા જરૂરી છે.

કેટલીક પ્રવૃત્તિઓ અને લાગણીઓ એવા હોય છે જેમને અંકુશમાં રાખવા પડે છે અને નકારવા પડે છે જેથી સમયનો વ્યય અટકાવી શકાય.તેમની તમારી તંદુરસ્તી પર પણ ખરાબ અસર થાય છે.સેક્સને લગતી પ્રવૃત્તિઓમાં સંકળાવું,ક્રોધ કરવો,લાલચ,ઇર્ષ્યા,જુગાર રમવો,હોડ લગાવવી,ડ્રગ્સનું સેવન કરવું અને આળસ તથા વધારે પડતું સૂવું વગેરે આ પ્રકારની પ્રવૃત્તિઓ છે.જે વિદ્યાર્થીઓએ અભ્યાસમાં શ્રેષ્ઠતા હાંસલ કરવી છે તેમણે આ બધી પ્રવૃત્તિઓથી સુરક્ષિત અંતર રાખવું જોઇએ.તેમણે આવી પ્રવૃત્તિઓ સાથે સંકળાયેલી વ્યક્તિઓને મિત્ર પણ બનાવવી જોઇએ નહિ.'એક વ્યક્તિ તે કેવા પ્રકારની સોબત રાખે છે તેના પરથી ઓળખાય છે.'

ખામીઓ પર જીત મેળવો અને તમારી ભૂલો સુધારો

પોતાની ખામીઓ અને ભૂલો ઓળખી લે તો વિદ્યાર્થીઓ તેને સુધારવા યોગ્ય પગલાં સમયસર લઈ શકે છે.આ તેમને છેલ્લા પરીક્ષાની તૈયારીના દિવસોમાં પણ ઘણું મદદરૂપ થાય છે.આવા પગલાં પરીક્ષામાં સારા દેખાવને ચોક્કસ બનાવે છે અને તેથી પ્રશંસાપાત્ર બનવાની તકો વધુ ઉજળી બનાવે છે.

નકલ કરવી તમારી બુદ્ધિમત્તા માટે ખરાબ છે

જ્યારે વિદ્યાર્થીઓ નકલ અને અંચાઈ કરવાની કુટેવમાં ફસાય છે ત્યારે ફ્ર્જ્ઞાન શક્તિ છેજ્ઞ્ર આ હકીકત વામણી પુરવાર થાય છે.એ તેમના અભ્યાસમાં પણ મોટા અંતરાય રૂપ બને છે.તેઓ પોતાનો આત્મવિશ્વાસ અને સ્વમાન ગુમાવવા માંડે છે.અને છેવટે આ વિદ્યાર્થીઓ પરીક્ષામાં સારા માર્ક્સ મેળવવા છતાં જીવનમાં ખાસ સફળ થઈ શકતા નથી.તેમનું જ્ઞાન ઓછું હોવાને લીધે તેઓ વ્યવસાયિક ક્ષેત્રે પણ પોતાની લાયકાત સાબિત કરવામાં પાછા પડે છે.

સારી આદતો અપનાવો

સારી આદતો અપનાવવાથી વિદ્યાર્થીઓ તેમના જીવનમાં ઘણી સારી તકો, ખ્યાતિ, સ્વમાન અને સફળતા તરફ દોરાય છે. આ આદતો નીચે વર્ણવ્યા મુજબની હોઇ શકે :

૧ આત્મનિર્ભરતા અને સ્વમાન

૨ વર્ગમાં ધ્યાન આપવું

૩ ધૈર્યથી અને નિયમિતતાપૂર્વક અભ્યાસ કરવો

૪ હંમેશા ખુશ રહીને કામ કરવું

૫ લાગણીઓમાં સ્થિરતા

૬ વહેલા સૂઈ જાવ અને વહેલા ઉઠો

૭ અન્ય વિદ્યાર્થીઓ સાથે મળીને ટીમ બનાવી રહેવું અને કામ કરવું

૮ સમયમાં છૂપાયેલી તકોને ઓળખવી અને ઝડપી લેવી

૯ પોતાના સફળતાના રહસ્યો છૂપાવવા

૧૦ અભ્યાસ પ્રત્યે સજાગતા

૧૧ સ્વ-સુરક્ષા ને સ્વ-બચાવ પ્રત્યે સજાગતા

૧૨ દીર્ઘદ્રષ્ટી

૧૩ હિંમત

૧૪ દરેક પરિસ્થિતીમાં ખુશ, સંતુષ્ટ ને હકારાત્મક રહેવું

પરીક્ષામાં ઝડપ અને સમય

ઝડપ વિનાનું જ્ઞાન અને જ્ઞાન વિના ઝડપ બંને અભ્યાસમાં શ્રેષ્ઠતા હાંસલ કરી પ્રશંસાપાત્ર બનવા ઇચ્છુક વિદ્યાર્થીઓ માટે નકામા છે. આથી, વિદ્યાર્થીઓએ સામાન્ય રીતે અભ્યાસ કરતી વખતે વધુ ઝડપથી વાંચતા અને લખતા શિખવું જોઇએ. આ રીતે તેઓ સારી ઝડપ વિકસાવશે અને ઓછી ભૂલો કરશે. પરીણામે તેઓ વધુ પ્રશ્નો સાચા ઉકેલી શકશે અને પ્રશંસાપાત્ર બનવા લાયક ઠરી શકશે.

નાના અને સહેલા પ્રશ્નો પહેલા ઉકેલવા જોઇએ જેથી સમય બચાવી શકાય અને અઘરા અને લાંબા પ્રશ્નોને વધુ સમય ફાળવી શકાય. વિદ્યાર્થીઓએ પોતે પોતાની આવડત અને પ્રશ્નપત્રના માળખા મુજબ સમયનું આયોજન કરવાનું રહેશે. હંમેશા છેલ્લે થોડી મિનિટો લખેલું ફરી ચકાસી લેવા માટે ફાળવવી જોઇએ. આનાથી ભૂલો સુધારવાનો અને રહી ગયેલા પ્રશ્નો ફરી એક વાર ચકાસી જવાનો મોકો મળે છે.

પહેલા સમજો અને પછી ઉકેલો

વિદ્યાર્થીઓએ પહેલા આખું પ્રશ્નપત્ર બરાબર વાંચી જવું જોઇએ અને પ્રશ્નો સમજી લેવા જોઇએ.પછી ધીરજપૂર્વક પોતે જે ક્રમમાં ઉત્તરો લખવા ઇચ્છે છે તે ક્રમ નક્કી કરી લખી લેવો જોઇએ.આ પ્રવૃત્તિ પાછળ ખર્ચેલો સમય બધાંજ પ્રશ્નોને જરૂરી સમય આપી શકવામાં મદદ કરશે.પ્રશ્નપત્ર ઉકેલી મહત્તમ માર્ક્સ પ્રાપ્ત કરવાની આ સાચી પદ્ધતિ છે.

હિંમતવાન બનો ગભરાઓ નહિ

મોટે ભાગે જોવા મળે છે કે કેટલાક વિદ્યાર્થીઓ પરીક્ષાના થોડા જ સમય અગાઉ ગભરાઈ જાય છે અથવા માંદા પડી જાય છે.આમ ઓછા આત્મવિશ્વાસ અને મનમાં પરીક્ષા પ્રત્યે ઉભા થયેલા કેટલાક ભયને કારણે બને છે.પણ આ બધુ સહેલાઈ થી ટાળી શકાય છે જો આખું વર્ષ અભ્યાસમાં યોગ્ય ધ્યાન આપ્યું હોય અને પૂર્ણપણે અભ્યાસ કર્યો હોય અને રોજેરોજ આખા અભ્યાસક્રમનું નાના નાના ટુકડાઓમાં પુનરાવર્તન કર્યું હોય.આનાથી વિદ્યાર્થીઓનો આત્મવિશ્વાસ વધે છે અને તેઓ પરીક્ષાઓનો સામનો કરવા સક્ષમ અને તૈયાર થઈ જાય છે.

પરીક્ષા વિકાસનું વચન આપે છે

પરીક્ષા સમયાંતરે વિદ્યાર્થીઓના અભ્યાસની પ્રગતિ અને તેઓ કેટલું શિખ્યા તે ચકાસવાનો માપદંડ છે.પરીક્ષાઓનો સામનો હિંમત અને ઉત્સાહથી કરવો જોઇએ.આ સમય છે જ્યારે વિદ્યાર્થીઓને પોતાની શિખ, જ્ઞાન,ક્ષમતા અને છેવટે સ્પર્ધાત્મકતાનો પરિચય મળે છે.પરીક્ષા જ એવો પણ સમય છે જ્યારે અભ્યાસક્રમમાં જે કંઈ પાછળ છૂટી ગયું હોય તે આવરી લેવાય.આ રીતે એ શિખવાની પ્રક્રિયાને પૂર્ણતા તરફ લઈ જવામાં પણ મદદ કરે છે.

પરીક્ષા આપવી

પરીક્ષાઓ બાળકોનું ભવિષ્ય ઘડે છે.આથી આ મામલે જરા પણ બેદરકારી નુકસાન કારક સાબિત થઈ શકે છે.કોઈ પણ પરીક્ષા આપતા કે સ્પર્ધામાં ભાગ લેતા પહેલા નીચેનાં પગલાં ધ્યાનમાં રાખવા જોઇએ:

- જે કંઈ અભ્યાસ કે તૈયારી કર્યા હોય તેને અંતિમ સ્વરૂપ આપવા છેલ્લું પુનરાવર્તન જરૂરી છે.
- એક દિવસ અગાઉ પોતાના સાધનો અને ઉપકરણોની તપાસ અને સુધારણા પૂરેપૂરા ધ્યાનથી કરી લેવા જોઇએ જેથી પાછળથી કોઈ

પણ પ્રકારનો વિલંબ કે અંતરાય નડે નહિ.આ સાધનોમાં લખવા માટેનું પાટીયું,પેન,પેન્સિલ,રબર,સંચો,ફૂટપટ્ટી,કંપાસ,ભૂમિતીના સાધનો વગેરેનો સમાવેશ થાય છે.

- એક-બે વધારાના પેન-પેન્સિલ સાથે રાખવું સલાહભર્યું છે.અને અન્ય બધાં સાધનો વાપરી શકાય તેવી સ્થિતીમાં હોવા જોઇએ.એ પરીક્ષા વખતે કિંમતી સમય બચાવે છે અને એકાગ્રતા સુનિશ્ચિત કરે છે.
- બની શકે ત્યાં સુધી આગલી રાતે જ આ બધી વસ્તુઓ એક પછી એક તમારા સાથે લઈ જવાના થેલામાં મૂકો જેથી પરીક્ષા માટે નિકળતી વેળાએ ઉતાવળ અને ગભરામણમાં એમાનું કંઈ ઘરે રહી ન જાય.
- આ સાથે જ પરીક્ષા ખંડમાં પ્રવેશ માટેનું જરુરી કાર્ડ કે હોલટિકીટ અને તમારો રોલ નંબર સુરક્ષિત રીતે તમારા થેલામાં મૂકો.
- પરીક્ષાની આગલી રાતે વહેલા સૂઈ જાવ.એ તમારો થાક,આંખોમાં બળતરા,માથાનો દુખાવો તેમજ પરીક્ષાના વધુ પડતા તણાવને વગેરે ટાળશે કે ઓછા કરશે.એનાથી વિદ્યાર્થીઓ પરીક્ષા દરમ્યાન હળવાશ અને તાજગી પણ અનુભવશે જેથી તેઓ બધા પ્રશ્નો ઝડપ અને સજાગતાથી ઉકેલી શકશે.
- પરીક્ષાની આગલી રાતે ભોજન હળવું લેશો તો એ ફાયદા કારક સાબિત થશે.એનાથી મન તણાવગ્રસ્ત હોવા છતાં ખાધેલું આસાનીથી અને ઝડપથી પચી જશે અને તમને ખલેલ વગરની શાંત નિદ્રા પ્રાપ્ત થશે.
- પરીક્ષાના દિવસોમાં થોડા વહેલા ઉઠી બધી જ નોંધોનું ઝડપથી પુનરાવર્તન કરી જવું જોઇએ.સ્નાન થોડો લાંબો સમય માણો,થોડી ક્ષણો માટે મેડીટેશન કરો અને તમારી શ્રદ્ધા અને પરંપરા મુજબ ભગવાનને પ્રાર્થના કરો.ઘણાં માને છે તેમ આમ કરવામાં વધુ સમય વેડફાતો નથી.
- આમ કરવાનાં બે મુખ્ય કુદરતી લાભ પણ મળે છે.વહેલી સવારે ઉઠી જઈ વાંચવાથી વિદ્યાર્થીઓ આખો દિવસ તાજગી અનુભવે છે અને આ વાંચેલું ઘણી સારી રીતે યાદ પણ રહે છે. બીજું,સ્નાન વખતે પાણી શરીરને સ્વચ્છ બનાવી દે છે અને તેનાં બધાં જ છીદ્રો ખોલી નાખે છે,મન અને આત્મા સહિત તેને તાજગી અને ઉર્જા

બક્ષે છે.એ મનને સજાગ બનાવે છે,પાછું યાદ કરવાની પ્રક્રિયા ઝડપી બનાવે છે અને પ્રશ્નપત્રો ઉકેલવાની ઝડપ વધારે છે.

- પરીક્ષા આપવા જતા પહેલા હળવો પણ પોષણયુક્ત નાસ્તો કરો. સવારનો નાસ્તો દિવસની શરૂઆત કરવા માટે સૌથી મહત્વના ઇંધણ સમાન ગણાય છે અને તે આખો દિવસ શરીરને ઉર્જા પૂરી પાડે છે.
- વિદ્યાર્થીઓએ હંમેશા એક ઘડિયાળ પહેરવી જોઇએ જે તેમને પ્રશ્નો ઉકેલતી વખતે સમયનું આયોજન કરવા માટે મદદરૂપ સાબિત થશે.એ હંમેશા કેટલો સમય બચ્યો છે તેનું ધ્યાન રાખતી રહેશે.
- બની શકે ત્યાં સુધી વિદ્યાર્થીઓએ આખું વર્ષ કાંડા ઘડિયાળ વાપરવાની આદત કેળવવી જોઇએ.આ તેમને સમયના સારી રીતના આયોજનની કેળવણીમાં મદદ કરશે.
- વિદ્યાર્થીઓએ પરીક્ષા આપવા જતી વખતે ઘરેથી ખૂબ વહેલા નિ કળી જવું જોઇએ જેથી તેઓ ઓછામાં ઓછી ૧૫-૩૦ મિનિટ પહેલા પરીક્ષા કેન્દ્રે પહોંચી જઈ શકે.આ તેમની ચિંતાને કાબુમાં રાખશે જેથી મુસાફરી દરમ્યાન કોઈ જાતની ઉતાવળ કે વધારાનું દબાણ મન પર ન આવી જાય.અહિં મુદ્દો મગજ અને શરીર બંનેને બને એટલા આરામમાં રાખવાનો છે.
- વિદ્યાર્થીઓએ પરીક્ષા ખંડમાં અતિ આત્મવિશ્વાસ પૂર્વક પ્રવેશવું જોઇએ.તેમણે પોતાની જાત સાથે ટોપર બનવાની અને મેરીટ લિસ્ટમાં સ્થાન પામવાની પ્રતિબદ્ધતા વ્યક્ત કરવી જોઇએ.આ સમયે તેમણે કોઈ પ્રકારની મૂંઝવણ કે ગભરામણ અનુભવવી જોઇએ નહિ.
- તેમને ફાળવવામાં આવેલ બેઠક ગોત્યા બાદ વિદ્યાર્થીઓએ આરામદાયી સ્થિતીમાં સ્થાન ગ્રહણ કરવું જોઇએ.હવે પરીક્ષા દરમ્યાન જેની જરૂર પડવાની છે તેવી તમામ, પરવાનગી હોય તેવી વસ્તુઓ બહાર કાઢો અને બાકીની વસ્તુઓ નિરીક્ષકને સોંપી દો. બધી નોંધો અને અભ્યાસસામગ્રી ઘરે જ મૂકીને આવવું બહેતર છે જેથી એક વાર પરીક્ષા શરુ થઈ ગયા બાદ તે વિદ્યાર્થીઓને કોઈ પણ પ્રકારે ખલેલ ન પહોંચાડે.

શાળાએ જવાનું સદનસીબ પામેલાં દરેક બાળકોએ હંમેશા યાદ રાખવું જોઇએ કે તેમને એક અતિ મહત્વના સાધનની ભેટ મળી છે જે તેમનું ભાગ્ય પલટી નાંખશે અને

એ છે 'શિક્ષણ' જો તમે સુશિક્ષિત અને સારી રીતે કેળવાયેલા ન હોવ તો આજના ઉચ્ચ યાંત્રિક યુગમાં એક ડગલું પણ આગળ માંડવું અશક્ય છે.પછી સાવ નિરક્ષર વ્યક્તિની હાલતનું તો પૂછવું જ શું? જ્ઞાન શાળામાં નિયમિત જઈ વિધિવત શિક્ષણ દ્વારા પ્રાપ્ત થઈ શકે છે. શિક્ષિત લોકો પોતાને માટે તેમજ દેશ માટે ચમત્કારો સર્જી શકે છે. બધાંએ એક સુસભ્ય સમાજમાં જીવવા અને માનભેર આજીવીકા કમાવા નીતિનિયમોનું પાલન કરવું પડે છે.

સલાહ : આ પ્રકરણમાં સૂચવાયેલી તરકીબો સમજવા કૃપા કરી આ પ્રકરણ બે થી ત્રણ વાર વાંચી જાવ.પછીથી તમે ફરી વારના ઝડપી પુનરાવર્તન માટે મહત્વના મુદ્દાઓ નીચે લીટી દોરી શકો છો.

***

લેખક તરફથી સરળ ટીપ્સ

તમારી સ્મરણશક્તિ સુધારવી એ સાવ સરળ અને સહેલું કામ છે.

-- ચાલો જોઈએ કઈ રીતે --

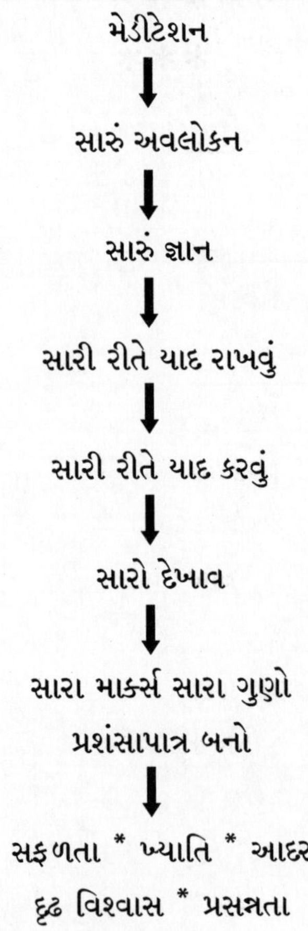

સારી સ્મરણશક્તિ માટે જીવનભર યાદ રાખવા જેવી ટીપ :

રોજ રાત્રે ૫ થી ૭ બદામને પાણીમાં પલાળી રાખો, સવારે તેને છોલીને ખાઈ જાવ, અને ચમત્કાર જુઓ.

નીચે જણાવેલ મનોયત્ન બધાં દ્વારા અજમાવી શકાય છે. પરંતુ જેમણે આ પુસ્તક આખું વાચ્યું હશે તેમના માટે એ વધુ અર્થસભર અને ઉપયોગી બની રહેશે.કારણ તેના ઉદ્દેશ અને તર્ક આખા પુસ્તકના બધાં પ્રકરણો એક પછી એક રોજ વાંચ્યા બાદ જ સ્પષ્ટ થઈ શકશે. આ કોઈ એક સાધારણ પુસ્તક નથી પણ સ્મરણ શક્તિ સુધારવા માટેનો એક સંપૂર્ણ કાર્યક્રમ છે જે તમારી અનુકૂળતા માટે સરળ અને વાંચી શકાય એવા સ્વરૂપે સંકલિત કરીને તૈયાર કરાયો છે.

દાખલા તરીકે, જ્યારે આપણે કોઈ પ્રખ્યાત ફિલ્મના રસપ્રદ ભાગો ટુકડે ટુકડે વારંવાર જોઈએ છીએ ત્યારે તે સામાન્ય રીતે ખૂબ વધારે આનંદ આપતાં નથી.પણ જો એ આપણે આખી ફિલ્મ જોતી વખતે ફિલ્મના ભાગરૂપે જોઈએ ત્યારે તે વધારે આનંદ આપે છે.આથી કૃપા કરીને આ પુસ્તક ધીમેથી વાંચો અને સાચા અર્થમાં તેનો લાભ લેવા તેમાં આપેલાં સૂચનો ધ્યાનપૂર્વક અનુસરો.

નીચે કેટલીક પ્રવૃત્તિઓ આપી છે જેને રોજ આચરણમાં મૂકવાથી તમારી સ્મરણશક્તિ હજી વધુ સુધરશે. ૧- ૨ મહિનાના સમયાંતરે જ 30 - દિવસમાં સ્મરણશક્તિ સુધારવાના આ કાર્યક્રમનુ ૪-૬ વાર પુનરાવર્તન કરવાની સાથે સાથે તમારે એ અમલમાં મૂકવાની છે.

લોકોને સામાન્ય રીતે શારીરિક કસરત અંગે જ માહિતી હોય છે.આથી,નીચે જણાવેલી કસરતો તમારા વિચારવાના માર્ગને અને માનસિક કસરતો અંગેના તમારા મંતવ્યોને બદલી નાંખશે.કેટલીક કસરતો અને પદ્ધતિઓ તમારા દૈનિક જીવનનો ભાગ બની જશે.જો આમ બને તો અમે વિચારી અને અનુભવી શકીશું કે આ પુસ્તકનો આશય સાચા અર્થમાં પૂર્ણ થયો છે.

તમારા મગજને (આંખ બંધ કરી) થોડું ધારવા દો

- વારંવાર તમારા ખિસ્સામાંના ચલણી નાણાંના સિક્કાને ઓળખવાનો પ્રયત્ન કરો.
- વારંવાર તમારી પાસેથી પસાર થતા વાહનો વચ્ચેના ભેદને પારખવાનો પ્રયત્ન કરો.
- વારંવાર બગીચામાં રહેલ વિવિધ ફૂલોને તેમની ફોરમ પરથી ઓળખવાનો પ્રયત્ન કરો.

- વારંવાર ઘરમાં અને બહાર બીજી જગાઓએ તાપમાનમાં થતા ફેરફાર ને ઓળખવાનો પ્રયત્ન કરો.
- વારંવાર નાહતી વખતે તમારી દૈનિક પ્રવૃતિઓને યાદ કરવાનો પ્રયત્ન કરો.
- વારંવાર તમને જમતી વખતે શું શું પીરસવામાં આવ્યું હતું તે બધું યાદ કરવાનો પ્રયત્ન કરો.
- વારંવાર દિવસનો સમય ધારવાનો અને તેની ખાતરી કરવાનો પ્રયત્ન કરો.

બીજા હાથને ઉપયોગમાં લેવાની કોશીશ કરો.

- બીજા હાથે રમત રમવાનો તથા ખેલકૂદનો પ્રયત્ન કરો.
- તમારા બીજા હાથેથી તમારું ભોજન ખાવાની, લખવાની, ચિત્ર દોરવાની અથવા પીંછીથી રંગો પૂરવાની અથવા સંગીતના વાદ્યો વગાડવાની કોશીશ કરો.
- તમારું ટી.વી. તથા અન્ય ઉપકરણો બીજા હાથે ચાલુ કરવાની કોશિશ કરો. રીમોટ કંટ્રોલ ઉપકરણો પણ બીજા હાથે વાપરવાની કોશિશ કરો.
- તમારા વાળ ઓળવા, દાઢી કરવા, દાંત મંજન કરવા,તમારા જૂતા પોલિશ કરવા, ફોનનો નંબર ડાયલ કરવા બીજા હાથનો ઉપયોગ કરો.
- ફળો અને શાકભાજી કાપવા, છોલવા અને ખાવા માટે તમારા બીજા હાથનો ઉપયોગ કરો.

સામાન્ય પ્રવૃત્તિઓ

- ભિન્ન ભિન્ન પ્રકારનાં કોયડા ઉકેલો.
- સમૂહ નાટકો,અભિનય,ગીત અને નૃત્ય સ્પર્ધાઓ,ચર્ચા અને વિવેચનોમાં ભાગ લો
- તમારી શાળા અથવા શિક્ષણ સંસ્થામાં યોજાતાં વિજ્ઞાન પ્રદર્શન, સ્પર્ધાઓ, સેમિનાર્સ, મેળાઓ, તહેવારો, રમતગમતની અથવા ખેલકૂદની મેચો માં ભાગ લેવો.
- એક નવા શોખ નો પ્રારંભ કરો.
- છોડ અથવા ફૂલો, જંતુઓ, પક્ષીઓ અને જાનવરોનું નિરીક્ષણ કરો.
- કોઈ કલાકાર,સેલેબ્રીટી અથવા ખ્યાતનામ વ્યક્તિની નકલ કરો.
- બાસ્કેટ બોલ અથવા તો કોઈ પણ અન્ય દડાને નવી રીતે રમવાની કોશિશ કરો.
- શબ્દચોરસ અથવા સ્ક્રેબલ જેવી શબ્દ રમત રમો જેમાં જુદા જુદા અક્ષરોના સમૂહ વડે નવાં નવાં શબ્દો તૈયાર કરવાનાં હોય છે.

- જાસૂસી વાર્તાઓ તથા નવલકથાઓ વાંચવાનું ચાલુ કરો.જાસૂસી સિરિયલો અને ફિલ્મો જોવાનું ચાલુ કરો.
- હાલ જે નવસર્જન અને નવી શોધ થાય છે એની માહિતી મેળવો.
- તમારા રોજના ખર્ચાઓ નો હિસાબ રાખો.
- તમે જ્યાં પણ જાવ ત્યાં અર્ધજાગૃત મનમાં દાદરાના પગથિયા ગણવાનું ચાલુ કરો.
- તમે સવારે કેટલા વાગે જાગો છો? = ...
- તમે સવારના નાસ્તામાં શું શું ખાધું? = ...
- તમે તમારા વસ્ત્રોમાં આરામ અનુભવો છો ? = હા / ના/ ઠીક ઠીક
- આજે તમને તમારી પોતાની કઈ કઈ બાબતો ગમી? = ...
- તમારા ઘર નજીક પાર્ક થયેલાં વાહનોનો અંકો અને અક્ષરો ધરાવતો રજીસ્ટ્રેશન નંબર નોંધી લો અને તેને યાદ રાખવાની કોશિશ કરો.ધીમે ધીમે ખોળી કાઢો કે તેમાંથી કયા કયા વાહન તમારી નજીકનાં પાડોશીના છે અને કયા અન્યોનાં.
- જયારે તમે સાર્વજનિક કાર્યાલય, પ્રદર્શન, સંગ્રહસ્થાન, મેળો તહેવાર, હોટેલ, અને ઉપહારગૃહની મુલાકાત લો છો ત્યારે ત્યાંના ઓરડામાં જે ચીજવસ્તુઓ છે એ દરેકની તમારા મનમાં નોંધ કરી લો.
- પછીથી તેની નોંધ કાગળ પર કે તમારી ડાયરીમાં લખી લો.
- તમારા મકાનના,શાળાના,કોલેજના કે ઓફિસના દાદરામાં કેટલા પગથિયા છે
- નજીકના બસ સ્ટોપ, બગીચા અથવા સુપર માર્કેટ સુધી પહોંચવામાં ચાલીને જવામાં, તમારી બાઈસિકલ પર અથવા તો ગાડીમાં તમને સામાન્ય રીતે કેટલો સમય લાગે છે?
- તમે સાધારણ રીતે સ્કૂલ કે ઓફીસ જતી વખતે, રમવા અથવા તો બજાર જતી વખતે અથવા તો કોઈ પાર્ટી કે પ્રસંગ માં હાજરી આપવા જતી વખતે તૈયાર થવા માટે કેટલો સમય લો છો ?
- તમે જ્યારે ઉઠો, સ્કૂલ અથવા ઓફીસ થી ઘરે પરત આવો, ઘરની બહાર, રમત ગમત અથવા કસરત કર્યાં બાદ, રસોઈ અથવા બાગ કામ કર્યાં બાદ, જમતા પહેલા અને પછી, પ્રાર્થના કે મનન કર્યાં બાદ સાધારણ રીતે તમારા હૃદય ના ધબકારા તથા નાડીના વેગનું પ્રમાણ શું હોય છે.
- તમારા વાંચવાની સામાન્ય ઝડપ કરતા વધારે ઝડપથી કોઈ પણ નિયત વિષય વાંચો.આ તમારી ઝડપ વધારવા માટેની એક રીત થશે.
- ધીમે ધીમે મગજ ઉતાવળે વાંચવા અને વિષય ને સમજવા માટે કેળવાઈ

જશે. આથી મૂળ વિષયને વારંવાર વાંચવાનું ધીમે ધીમે બંધ થઈ જશે અને છેવટે આમ કરવાની જરૂર નહિ રહે.

- હંમેશા તમારી પ્રવૃત્તિઓમાં સક્રિય અને સજાગ રહો. ધીમે ધીમે તમે તમારી અંદર આત્મવિશ્વાસ વધતો અનુભવશો.

તમારા નિર્ણયો સુધારવાની પધ્ધતિ

- એકાદ નાનકડી ખિસ્સામાં રહી જાય એવી ડાયરી રાખવાની શરૂઆત કરો.
- તમારા બાકી રહેલ કામો નોંધી લો.
- વ્યવસાયિક કૌશલ્ય ધરાવતી વ્યક્તિની મદદ, સલાહ અને સેવાઓ લો.
- જુદા દ્રષ્ટીકોણથી સમસ્યાનું પૃથક્કરણ કરવાની અને તેનું સમાધાન કરવાની કોશિશ કરો.
- ક્યારેય નિર્ણયો ઉતાવળમાં કે સમયના અભાવને કારણે લેશો નહિ
- ક્યારેય બીજાઓના દબાણમાં આવી જઈ નિર્ણયો લેશો નહિ.
- તમે શરાબનું સેવન કર્યું હોય કે તમે થાકી ગયા હોવ અથવા તમને ઉંઘ આવતી હોય તેવી સ્થિતીમાં ક્યારેય નિર્ણયો લેશો નહિ.

તમારી એકાગ્રતા સુધારવાની રીતો

- જ્યારે જ્યારે શક્ય હોય ત્યારે ત્યારે એક સાથે માત્ર એક જ ક્રિયા કરો.
- હંમેશા સ્વચ્છ અને સુઘડ કપડા પહેરો જેથી તમને તેમાં આરામદાયક લાગે.
- હંમેશા દિવસના બે અથવા ત્રણ વાર ભારે ભોજનના બદલે ચારથી પાંચ વખત હળવું ભોજન લો.
- વધારે તેલવાળા, મસાલાયુક્ત, ઠંડા પદાર્થ અથવા ફાસ્ટ ફૂડ ટાળવાની કોશિશ કરો.
- મોટા ભાગનો સમય ઘરમાં રાંધેલા ખોરાક પસંદ કરો . અને જ્યારે ખોરાક ગરમ પીરસવામાં આવે ત્યારે જમો. આમ કરવાથી ખોરાકનું સારું પાચન થાય છે, સારું સ્વાસ્થ્ય અને સારી એકાગ્રતા કેળવાય છે.
- વધુમાં વધુ સમય કુદરતી પ્રકાશનો ઉપયોગ કરો.
- તમારા સુવાના સમયમાં કયારે પણ બાંધછોડ ન કરો
- જીવન પ્રત્યે સરળ અને હકારાત્મક અભિગમ અપનાવો અને અનુસરો.
- કોઈ પણ નવું કામ ચાલુ કરતા પહેલા યોગ્ય સમય અને વાતાવરણ પસંદ કરો.

ભૂલી જવાનું ટાળો

- તમારી તૈયારી માટે સતર્કતા અને સભાનતા ભર્યો અભિગમ અપનાવો.

- તમારી જાતને હદ બહારની તકલીફ ન આપો અથવા તમારા મગજ પર વધારે ભાર ન નાંખો.
- તમારા ભણવાના સમયે વચ્ચે વારંવાર વિરામ લો.
- તમારા વાળ બને એટલા ટૂંકા રાખવાની કોશિશ કરો.

કરો

- રુમ ને બંધ કરી વાંચો
- ઝડપી ટૂંકું સ્નાન શરીર અને મન બંનેને એક સાથે ઉર્જાસભર બનાવી દે છે.
- વિષયો, મુદ્દાઓ અથવા પ્રકરણોની નિયમિત અદલાબદલી કરતાં રહો.
- માત્ર ૧૦ - ૧૫ મિનીટ હળવી શારીરિક કસરતો કરો.
- ૧૦ - ૧૫ મિનીટ અલ્પ નિદ્રા લો.
- હળવું ભોજન લો.

આ ન કરો

- નાસ્તા માટેનો વિરામ ૫ મિનિટ કરતા વધારે સમયનો ન હોવો જોઈએ.
- ક્યારેય તમાકું, સિગારેટ અથવા તો દારુ પીવાનું વિચારવું નહિ.
- ચા, કોફી, અને ઠંડુ પીણું પણ મર્યાદ્દિત પ્રમાણમાં પીઓ.
- પ્રકાશની દિશા સીધી આંખમાં પ્રવેશે અને તેને ખલેલ પહોંચાડે તેવી ન હોવી જોઇએ.

ચિંતાઓ અને તણાવને દૂર રાખો

- કોઈ વિશ્વાસુ વ્યક્તિ સમક્ષ તમારી ચિંતાઓ વ્યક્ત કરો.
- લાંબા સમય માટે એકલા અથવા નવરા બેસી ન રહો.
- રજાઓ માણો
- એક સમયે એકજ કામ હાથમાં ધરો
- અગત્યની ન હોય એવી ઘટના તથા ગપસપની ઉપેક્ષા કરો.
- બીજાંઓની બાબતોમાં દખલ ગીરી ન કરો.
- ઓછું બોલો વધારે સાંભળો
- કોઈ પણ સમસ્યાનો શાંતિ અને ધીરજ થી સામનો કરો.
- સંકુચિત વિચારધારા વાળા ન બનો
- હંમેશા ટેબલલેમ્પનો ઉપયોગ કરો.
- હંમેશા એલાર્મ ઘડિયાળનો ઉપયોગ કરો.

-- આખરી સલાહ --

જયાં સુધી એ તમારી આદત ન બની જાય
ત્યાં સુધી તમારી જાત ને કહો

* * * * *

હા, હું આ કરી શકીશ
અને
હા, હું આ કરીશ

***

Author: Ishita Bhown
Format: Paperback
Language: English
Pages: 132

The book has been supplemented with many case studies and examples to make it more interesting. The book comes accompanied by an interactive CD containing a PowerPoint Presentation for better understanding. The book will act as a valuable guide for all its readers to remove the barriers of effective communication.

Some of the highlights of the book are:

- Finding Context to your Presentation
- Organizing It
- Tailoring It
- Remembering It
- Rehearsing It
- Delivering It

Author: O.P. Sharma
Format: Paperback
Language: English
Pages: 134

Life is full of ups and downs. While we exhilarate in the 'ups', we are totally at a loss when it comes to dealing with the 'downs'. This book has been specifically designed to help you turn the tide in your favour in the face of odds. "Each day is a fresh day — look at it with hope and enthusiasm, yesterday is over." Whatever the situation, you can make the best of things by the right approach.

If you wish to rise in your career, begin liking your work. If you wish to excel, have a healthy approach to criticism. If you want to scare away failures, preserve your peace of mind in the face of heavy odds. If you desire a happy married life, learn to respect your spouse.

Author: Bibhu Prasad Mishra
Format: Paperback
Language: English
Pages: 233

The book 'Preparing for a Winning Interview' is divided into two sections. The first section deals with the preparations, research and understanding various facts of the interview and its procedure.

The second section contains understanding and learning specific job skills in ever-changing and challenging corporate environment; the role of an employee and the need to be prepared beforehand to fit in different organisation by meeting tough corporate tasks, and by coping with the changing works, conditions and milieu.

The book covers all the core areas of interview process, delicacies in work environment, intricacies of challenging spheres, the need of sustainbility, and presents ready and easy solutions.

visit our online bookstore: **www.vspublishers.com**

Author: Surendra Dogra 'Nirdosh'

Format: Paperback

Language: English

Pages: 112

Have you ever thought of addressing an audience and making them listen to you without batting an eyelid? Do you want to create a trance-like spell on people listening to your speech?

It has carefully dissected every aspect of public speaking and presents a clear map that any aspiring speaker can follow. Besides, it also incorporates the necessary techniques to motivate, captivate, and persuade the audience while making various presentations, etc.

You will master 'How to'

- Conquer stage fright
- Organize material in a flowing manner
- Customise speech for different sets of gathering
- Inspire audience

Author: Prof. Shrikant Prasoon

Format: Paperback

Language: English

Pages: 200

Group Discussions (GD) are commonly used to assess several personality aspects of candidates during various entrance tests and as a part of selection process for various jobs. This book can be a game changer for most students, since even most technically sound and brilliant students often falter at GD.

This comprehensive guide book helps you clear the fog surrounding GD and its step-by-step instructions will make you a winner in GD.

This book includes:

- Insight into: Need of GD, Do's & Don'ts in GD, Body Language & Public Speaking, Skills & Ability required in GD, and so on
- Important GD topics, How to gather Information for GD, Reading & Practice for GD

Author: Aparna Chattoupadhyay

Format: Paperback

Language: English

Pages: 176

This fascinating book authored by Dr. Aparna Chattopadhyay, offers you a new vision of self-awareness which would enable you to assess your feelings, capabilites and aptitudes. As you develop self-awareness, you will not only be able to identify the emotional pattern in your life and manage then well, but will also be able to activate all-round personality development.

It will help lead life more powerfully than before through a wide range of psychological quizzes.

This book enables you to:

- Generate fresh enthusiasm and ambition in your life
- Live more happily and effectively
- Build self-confidence and develop inner peace
- Enjoy better interpersonal relationship

visit our online bookstore: **www.vspublishers.com**